கனவுக் கன்னிகள்

ஜி.ஆர்.சுரேந்தர்நாத்

சிக்ஸ்த்செ ன்ஸ் பப்ளிகேஷன்ஸ்
10/2 (8/2) போலீஸ் குவார்ட்டர்ஸ் சாலை
(தியாகராயநகர் பேருந்து நிலையத்திற்கும் காவல் நிலையத்திற்கும் இடைப்பட்ட சாலை)
தியாகராயநகர், சென்னை – 600 017
Phone: 2434 2771, 65279654 Cell: 72000 50073
Sixthsense Publications   6 th sense_karthi
e-mail : sixthsensepub@yahoo.com
Website: sixthsensepublications.com

Title:
KANAVU KANNIKAL

Author:
G.R. SURENDARNATH

Publisher: K.S. Pugalendi

Managing Editor: P. Karthikeyan

Layout: M.Magesh

Address:
Sixthsense Publications
10/2(8/2) Police Quarters Road,
(Between Thiyagaraya Nagar Bus Stop & Police Station)
Thiyagaraya Nagar, Chennai - 17
Phone: 2434 2771, 65279654
Cell: **72**000 **50**073

Sixthsense Publications
6 th sense_karthi
e-mail : sixthsensepub@yahoo.com
Website: sixthsensepublications.com

Edition:
First : June, 2016

Price : **128**

© G.R. SURENDARNATH

No part of this book may be reproduced or transmitted in any form without permission in writing from the author or publisher

நீங்கள் Smart Phone உபயோகிப்பவராக இருந்தால் QR Code Reader Application மூலம் இதை Scan செய்தால் நேரடியாக எமது இணையதளத்திற்கு சென்று மேலும் எங்கள் வெளியீடுகள் பற்றிய விவரங்களைப் பெறலாம்.

ISBN : 978-93-83067-58-9

தலைப்பு : **கனவுக் கன்னிகள்**
நூலாசிரியர் : ஜி.ஆர்.சுரேந்தர்நாத்
பக்கங்கள் : 136
விலை : ரூ.128
உரிமை : ஜி.ஆர்.சுரேந்தர்நாத்
முதற்பதிப்பு : ஜூன், 2016

சிக்ஸ்த்சென்ஸ் பப்ளிகேஷன்ஸ்
10/2 (8/2) போலீஸ் குவார்ட்டர்ஸ் சாலை
(தியாகராயநகர் பேருந்து நிலையத்திற்கும் காவல் நிலையத்திற்கும் இடைப்பட்ட சாலை)
தியாகராயநகர், சென்னை – 600 017
தொலைபேசி : 24342771, 65279654.
கைபேசி: **72**000 **50**073
மின்னஞ்சல்: sixthsensepub@yahoo.com

இந்தப் புத்தகத்திலுள்ள எந்த ஒரு பகுதியையும் பதிப்பாளர் மற்றும் எழுத்தாளர் அனுமதியை எழுத்து மூலம் பெறாமல் பதிப்பிக்கக் கூடாது.

முன்னுரை

நான் எட்டாவது படிக்கும்போது, ஒரு நாள் கேம்ஸ் டீச்சர், எங்களை மரத்தடியில் உட்கார வைத்து வரலாற்று முக்கியத்துவம் வாய்ந்த அந்தக் கேள்வியைக் கேட்டார். ''நீங்க எல்லாரும் 'சகலகலா வல்லவன்' படத்த எத்தனைத் தடவை பாத்தீங்க?'' என்றார். அப்போது அப்படம், படு ஹிட்டாக ஓடிக்கொண்டிருந்தது. ஆளாளுக்கு, 'இரண்டு தடவை'', 'நாலு தடவை' என்றார்கள். மோகன் அதை 18 தடவை பார்த்திருந்தான். குனிந்த தலை நிமிராமல் பள்ளிக்கு வரும் 'ஆம்பளைச் சட்டை'' மலர்விழி கூட அதை இரண்டு தடவை பார்த்திருந்தாள். என்னையும் கேட்டார்கள். நான் மனதில் தோன்றிய அவமான உணர்ச்சியை மறைத்துக்கொண்டு, ''நான் இன்னும் பாக்கல டீச்சர்'' என்றபோது எனது குரல் தழுதழுத்துவிட்டது. சட்டென்று வகுப்பில் ஆழ்ந்த அமைதி. எல்லோரும் திரும்பி, ஒரு விபத்தில் குடும்பத்தையே பறிகொடுத்துவிட்டு நிற்பவனைப் பார்ப்பது போல் என்னை பரிதாபமாக பார்த்தார்கள்.

கேம்ஸ் டீச்சர் பயங்கர அதிர்ச்சியுடன், ''என்னது... சகலகலா வல்லவனை இன்னும் பாக்கலியா? ஏன்டா?'' என்றவர் எழுந்து நின்றுவிட்டார்.

நான் இரண்டு கைகளையும் கட்டிக்கொண்டு மரியாதையுடன், ''அதுல சில்க் ஸ்மிதா டான்ஸ் இருக்குன்னு, எங்கப்பா விடல டீச்சர்'' என்றேன்.

''ச்...ச்...ச்...'' என்று உச் கொட்டிய கேம்ஸ் டீச்சர், கண்ணாடியைக் கழட்டி, கண்களைத் துடைத்துக்கொண்டார். அவர் கண் தூசியைத்தான் துடைத்தார். எனக்கென்னவோ அவர் கண்ணீர் விட்டது போல் இருந்தது. ''சரி விடு... நான் உங்கப்பாவ கடைத்தெருல பார்த்தா சொல்றேன்'' என்றார் அந்த நல்ல(?) டீச்சர்.

வகுப்பு முடிந்ததும், வகுப்பின் நிலாபெண்கள் பலரும், ஜீரோ வாட்ஸ் பல்பான என்னிடம், ''இன்னுமாடா நீ சகலகலா வல்லவனப் பாக்கல?'' என்று கேட்டபோது, எனக்கு ஒரு வினாடி தூக்கில் தொங்கலாமா என்று தோன்றியது. ''இன்னும் 'சகலகலா வல்லவன்' படம் பாக்கல... நீயெல்லாம் ஒரு மனுஷன்... தூ...'' என்பது போல் அவர்கள் என்னை பார்த்துவிட்டுச் செல்ல... அரியலூர், R.C.நிர்மலாகாந்தி நடுநிலைப்பள்ளியில், உலர்ந்த

வேப்ப இலைகள் காற்றில் பறந்த அந்த மரத்தடியில், கண் கலங்க நின்றுகொண்டிருந்த அந்த சிறுவன், இன்னும் என் மனதில் அப்படியே இருக்கிறான்.

இப்போது அந்தப் படத்தின் டிவிடியை வாங்கி வைத்திருக்கிறேன். பல மாதங்கள் ஆன பிறகும், இன்னும் பார்க்காமலே இருக்கிறேன். ஒரு காலத்தில் நமக்கு மிகவும் முக்கியமாக தோன்றிய ஒரு விஷயம், எப்படி தற்போது ஒன்றுமே இல்லாமலாகிவிடுகிறது. அப்படித்தான் நாம் மகத்தாக கொண்டாடிய நமது கனவுக்கன்னிகளையும், காலப்போக்கில் எவ்வளவு சுலபமாக மறந்துவிட்டோம். நாம் மறந்துவிட்ட நமது கனவுக்கன்னிகளிலிருந்து, இன்றைய நயன்தாரா, சமந்தா வரை தமிழின் முக்கியமான கனவுக் கன்னிகள் பற்றி நான் எழுதிய கட்டுரைகள் இந்த நூலில் உள்ளது.

தமிழரின் வாழ்க்கையில் அப்போது, சினிமா என்பது ஒரு மகத்தான கொண்டாட்டமாக இருந்தது. ஊரிலிருந்து யாராவது விருந்தினர்கள் வந்தால் கறி சோறு ஆக்கிப்போட்டு, முதல் வகுப்பில் அவர்களை ஒரு திரைப்படத்திற்கு அழைத்துச் சென்றால்தான் நீங்கள் விருந்தினர்களை நன்கு கவனித்துள்ளதாக பொருள். அவ்வாறு தமிழ் சினிமா, தமிழர்களின் வாழ்க்கையில் ஒரு முக்கியமான பகுதியாக இருந்தது. ஒரு நட்பைப் போல் தமிழ் சினிமாவை நேசித்த, ஒரு உறவைப் போல் தமிழ் சினிமாவைக் கொண்டாடிய எனது இந்த கட்டுரைகள் நான் எழுதியது அல்ல. ஒரு தீவிர தமிழ் சினிமா ரசிகன் எழுதியது.

இந்த புத்தகம் வெளிவரும் இத்தருணத்தில், இப்புத்தகத்தில் உள்ள கட்டுரைகளை பிரசுரித்த 'தி இந்து' தமிழ் நாளிதழ், 'நடிப்பு' காலாண்டிதழ், சொல்வனம் இணைய இதழ் மற்றும் உயிரோசை இணைய இதழின் ஆசிரியர் குழுவினருக்கும், இதைப் புத்தகமாக கொண்டு வரும் சிக்ஸ்த் சென்ஸ் பதிப்பக உரிமையாளர் திரு. கே. எஸ். புகழேந்தி அவர்களுக்கும், சிக்ஸ்த் சென்ஸ் பதிப்பகத்தின் மேனேஜிங் எடிட்டர் தம்பி பி. கார்த்திகேயனுக்கும், அட்டைப் படத்தை அழகுற வடிவமைத்த விஜயனுக்கும், லேஅவுட் ஆர்ட்டிஸ்ட் மகேஷுக்கும் ஏராளமான நன்றிகள்.

சிநேகத்துடன்

22.5.2016 **சுரேந்தர்நாத்.**

சென்னை 28
grsnath71@gmail.com

மதிப்புரை

எழுத்தாளர் ஜி.ஆர். சுரேந்தர்நாத், திரைப்படங்கள் தொடர்பாக எழுதிய கட்டுரைகளின் தொகுப்பு ''கனவுக்கன்னிகள்''. ஜி.ஆர். சுரேந்தர்நாத்தின் கதைகளில் நான் மிகவும் ரசிக்கும் விஷயங்கள்... அவரது எழுத்துக்களில் கொப்பளிக்கும் இளமைக் குறும்பு, அழகிய பெண்கள் குறித்த அவரது ரசனை, மெலிதான நகைச்சுவை, படிக்க மிகவும் சுவாரஸ்யமான நடை, எளிமை. இந்த அத்தனை அம்சங்களையும் சுரேந்தர்நாத், தனது கட்டுரைகளிலும் வெளிக்கொண்டு வந்துள்ள விதம், ஒரு பதிப்பாளனாக எனக்கு மிகுந்த மகிழ்ச்சியை அளிக்கிறது.

ஜி.ஆர். சுரேந்தர்நாத்தின் இக்கட்டுரைகள், ஒரு எழுத்தாளனாக இல்லாமல், நம்மைப் போன்ற ஒரு ரசிகனின் மனநிலையிலிருந்தே எழுதப்பட்டுள்ளதால், அக்கட்டுரையை நாமே எழுதியது போன்ற ஒரு உணர்வு ஏற்படுகிறது, இந்நூலில் உள்ள ''கனவுக்கன்னிகள்'' கட்டுரையில் சுரேந்தர்நாத், நம்மை கால எந்திரத்தில் ஏற்றி நம்மை ஜெயப்ரதா, ராதா, அமலா, குஷ்புக்களின் காலத்திற்கு அழைத்துச் சென்று, நாம் அன்று இப்படங்களைப் பார்த்த திரையரங்குகளுக்குள் நம்மை உட்கார வைத்துவிடுகிறார். பிற கட்டுரைகளில், நடிகைகள் ஸ்ரீவித்யா, ஸ்ரீதேவி, ஸ்ரீப்ரியா, சிநேகா, நயன்தாராவிலிருந்து... சமீபத்திய கீர்த்தி சுரேஷ் வரை, பல நடிகைகள் குறித்தும் சுரேந்தர்நாத் அழகிய ரசனையுடன், அற்புதமாக எழுதியுள்ளார்.

அடுத்து... இசைஞானி இளையராஜா குறித்து சுரேந்தர்நாத் எழுதியுள்ள இரண்டு கட்டுரைகளும் அருமை. ஆனந்த விகடன் வார இதழில் சுரேந்தர்நாத்தின், 'இளையராஜா'' சிறுகதை வெளிவந்த பிறகு, இளையராஜாவை அவர் நேரில் சந்தித்து உரையாடியது குறித்து அவர் எழுதியுள்ள கட்டுரையில், ஒரு தீவிர ரசிகன், தனது நேசிப்பிற்குரிய கலைஞனை சந்திக்கும்போது ஏற்படும் உணர்வுகளை அற்புதமாக எழுத்தில் வார்த்துள்ளார்.

நமது திரையுலக கனவுக்கன்னிகள் போல, இந்த புத்தகமும் வாசகர்களின் நெஞ்சில் நிலைத்திருக்கும் என்று நம்புகிறேன்.

அன்புடன்
கே.எஸ்.புகழேந்தி

பொருளடக்கம்

1. கனவுக்கன்னிகள் — 07
2. பதினாறு வயதின் தேவதை — 19
3. காலத்தில் கரையாத கலைஞன் — 25
4. இன்னும் சில கனவுக் கன்னிகள் — 37
5. இசைஞானியுடன்... — 47
6. துயர விழிகளின் தேவதை — 55
7. நாயகன்: நிழலும் நிஜமும் — 67
8. ஒளிரும் மச்சங்கள் — 75
9. கே.பாலசந்தர்: பெண்களின் மனசாட்சி — 81
10. கடவுள் தேசத்து தேவதைகள் — 87
11. பாலுமகேந்திரா: அழியாத கோலங்கள் — 95
12. விண்ணைத் தாண்டி வராத ஜெஸ்ஸிக்கள் — 103
13. மஞ்சு — 111
14. மைனா — 119
15. தனியாவர்த்தனம் — 127

அன்புடன்
தே. தீனதயாளனுக்கு

கனவுக்கன்னிகள்

ஆயிரமாயிரம் இளைஞர்களின் இரவுகளில் கனவுகளை விதைத்த அந்த அழகின் ஒரு துளி மிச்சத்தையாவது பார்த்துவிட முடியாதா என்பது போல், அந்நடிகையை உற்று உற்றுப் பார்த்தேன்.

சில மாதங்களுக்கு முன்பு, சென்னை, கபாலீஸ்வரர் கோயிலில் ஒரு முன்னாள் நடிகையைப் பார்த்தேன். ஒரு காலத்தில் தனது பொலிவான முகத்திற்கும், ஹைசொ ஸைட்டி லுக்குக்கும் புகழ் பெற்ற நடிகை அவர். இப்போது அவருக்கு அறுபது வயதுக்கு மேல் இருக்கும். காலம் அவரின் அழகைக் கரைத்துவிட்டு, நைந்து போன உடலை மட்டும் விட்டு வைத்திருந்தது.

ஆழ்வார்பேட்டை பழைய சாம்கோ ஹோட்டல் வாசலில் நின்ற ஒரு நள்ளிரவில், எனது தாய்மாமா அந்நடிகையின் அழகைப் பற்றி சில ஆண்டுகளுக்கு முன் என்னிடம் விவரித்த நிமிடங்கள் சட்டென்று நினைவுக்கு வந்தன. தன்னைவிட 25 வயது சிறியவன் என்றும் பாராமல், என்னிடம் என் மாமாவை ரசனையுடன் புலம்ப வைத்த அழகு அது... தலைக்கு மேல் இரவு நழுவிக் கொண்டிருப்பதை அறியாது, ஒரு நண்பனிடம் பேசுவது போல் என் மாமாவை என்னிடம் பேச வைத்த அழகு அது... சாலையென்பதையும் மறந்து சத்தமாக, ''இன்னைக்கி இருக்கிற ஒருத்தியும் அவகிட்ட நிக்க முடியாது'' என்று என் மாமாவை சவால் விடவைத்த அழகு அது.

ஆயிரமாயிரம் இளைஞர்களின் இரவுகளில் கனவுகளை விதைத்த அந்த அழகின் ஒரு துளி மிச்சத்தையாவது பார்த்துவிட முடியாதா என்பது

போல், அந்நடிகையை உற்று உற்றுப் பார்த்தேன். தளர்ந்த உடல்... முதுமையேறிய முகம்... சுருங்கிய தோல்... ஒட்டிய கன்னங்களுடன் அவர் அக்கம் பக்கம் பார்க்காமல், குனிந்த தலையுடன் வேக வேகமாக நடந்தார். அந்த நடை இயல்பாக இல்லை. தன்னை யாருக்கும் தெரிந்துவிடக்கூடாது என்பது போல், ஒரு மெல்லிய பதட்டத்துடன், விறுவிறுவென்று நடந்த அவர் கோயிலை விட்டு வெளியேறினார்.

அவரை என்னால் புரிந்துகொள்ள முடிந்தது. தனது அழகால் லட்சக்கணக்கான ஆண்களை வசீகரித்து வைத்திருந்த அந்தப் பழைய தோற்றம் இப்போது அவரிடம் இல்லை. இந்த முதிய கோலத்தில் தன்னை யாரும் அடையாளம் கண்டுகொள்வதை அவர் நிச்சயம் விரும்பியிருக்கமாட்டார்.

இது போன்ற கனவுக்கன்னிகள் எப்படி உருவாகிறார்கள்?

ஒரு சிறுவன் தனது தந்தையை ஜென்ம விரோதி போல் பார்க்க ஆரம்பிக்கும்போது, அவன் வயதுக்கு வந்துவிட்டான் என்று அர்த்தம். அடுத்து அவன் பெண்களின் பிற பயன்பாடுகள் குறித்து அறிந்துகொண்டதும், தன்னைச் சுற்றியுள்ள பெண்களை வேறு விதமாகப் பார்க்கத் துவங்குகிறான். அந்த பெண்களில் ஒருவரை அவன் தனது கனவுக்கன்னியாக வைத்துக் கொள்ளலாம். ஆனால் அதில் ஆயிரம் சிக்கல்கள் உள்ளன.

ஒரு ஆண் வயதுக்கு வந்தவுடன், அவன் கண்களில் அதிகம் படும் வயசுப் பெண்கள், பெரும்பாலும் அக்கம் பக்கத்தில், சிறு வயதிலிருந்தே அவனுடன் வளர்ந்த பெண்களாகத்தான் இருப்பார்கள். ஆனால் பெண்களின் பெற்றோர்கள் மிகவும் உஷாராக அப்பெண்களிடம் சிறு வயதிலிருந்தே, ''உன்னைவிட வயசுல பெரியவன்டி... அண்ணன்னு கூப்பிடு...'' என்று பழக்கப்படுத்திவிடுவார்கள்.

வயதில் பெரிய பெண்ணாக இருந்தால் பையனிடம், ''உன்னை விட வயசுல பெரியவடா... அக்கான்னு கூப்பிடு...'' என்று மூன்று மாதம் மூத்த பெண்ணைக் கூட 'அக்கா' என்று அழைக்க வைக்கும் சதிகாரர்கள் நிறைந்த இத் தேசத்தில், ஒரு கனவுக் கன்னியைத் தேர்ந்தெடுப்பது அவ்வளவு சுலபமான காரியம் அல்ல. எனவே ஒரு ஆண் மனதிற்குள் தனக்கான கனவுக்கன்னியைத் தேடிக்கொண்டேயிருக்கிறான். நிஜ வாழ்வில் கனவுக்கன்னிகளைச் சந்திக்காதபோது, திரை

பிம்பங்கள் உயிர்த்தெழுகின்றன. நடிகைகள் திரையிலிருந்து இறங்கி, ரசிகனின் கையைப் பிடித்துக்கொண்டு அவனுடனே செல்கிறார்கள்.

எனது முதல் கனவுக்கன்னி, இயக்குனர் சத்யஜித்ரே அவர்களால், 'உலகின் மிக அழகிய பெண்களில் ஒருவர்' என்று வர்ணிக்கப்பட்ட 'சலங்கை ஒலி' ஜெயப்ரதா. ஆம்... 'சலங்கை ஒலி' ஜெயப்ரதாதான். 'நினைத்தாலே இனிக்கும்' ஜெயப்ரதாவோ, '47 நாட்கள்' ஜெயப்ரதாவோ அல்ல. 'சலங்கை ஒலி' ஜெயப்ரதா மட்டுமே என் கனவுக்கன்னி. சமீபத்தில் மலையாள இயக்குனர் ப்ளெஸ்ஸியின் இயக்கத்தில் வெளிவந்துள்ள 'ப்ரணயம்' என்ற மலையாளப் படத்தில் ஜெயப்ரதாவைப் பார்த்தபோது, மனம் பழைய ஜெயப்ரதாவையே சுற்றி சுற்றி வந்தது.

அப்போது நான் ப்ளஸ் ஒன் படித்துக்கொண்டிருந்தேன் (உண்மையில் அப்போது நான் ஒன்பதாவதுதான் படித்துக் கொண்டிருந்தேன். ஆனால் ஒன்பதாவது படிக்கும்போதே என்று எழுத கொஞ்சம் வெட்கமாக இருக்கிறது. அதனால் ரெண்டு க்ளாஸ் ஏற்றிவிட்டேன்.). அரியலூர், லட்சுமி தியேட்டரில் சலங்கை ஒலி படம் ஆரம்பித்து, ஃப்ளாஷ்பேக் துவங்கும் வரை மனதில் ஒரு சலனமும் இல்லை. ஃப்ளாஷ்பேக்கில் ஒரு கோயிலில்,

கமலஹாசனைஒருசிறுவன்போட்டோஎடுத்துக்கொண்டிருப்பான். கமல் அப்போது மிகவும் சத்தமாக, ''தா... தாரிகிடதாரி கிட... தை'' என்று கத்தியபடி போஸ் கொடுக்க... மஞ்சள் கலர் பட்டுப்புடைவையில், கையில் காமிரோவோடு திரும்பிப் பார்ப்பார் ஜெயப்ரதா. தேவதைகள் பூமியிலும் வாழ்வார்கள் என்பதை நான் அறிந்துகொண்ட நாள் அது. சராசரிப் பெண்களை விட சற்றே கூடுதல் உயரம். கூர்மையான மூக்கு. மேலுதட்டுக்கு மேல் அந்த மச்சம், உலகின் அழகிய ஒற்றைப்புள்ளி கோலம். முகத்தில் ஒரு அழகார்ந்த அமைதி.

படம் முழுவதும், இயக்குனர் கே.விஸ்வநாத் மிகுந்த ரசனையுடன் ஜெயப்ரதாவின் அழகைப் பலவிதமான காட்சி களில், விதம் விதமாக வெளிப்படுத்தியிருந்தார். சிவப்பு நிற பட்டுப்புடைவையில், கல்யாண வீட்டில், சூடான காபி டம்ளரை புடைவை முந்தானையில் பிடித்துக்கொண்டு காபி குடிக்கும் ஜெயப்ரதா... ஆட்டோமேட்டிக் காமிராவை கமல் ஆன் செய்தவுடன், உதடுகளைப் பிரிக்காமல், பற்களைக் கடித்துக்கொண்டு, ''க்ளிக்காயிடும் வாங்க...'' என்று கமலை அழைக்கும் ஜெயப்ரதா... வெள்ளைநிறப் புடைவையில், லேசாக பாதங்களை உயர்த்தி அமர்ந்தபடி நடனவிழா அழைப்பிதழில் கமல் ஃபோட்டோவைக் காண்பித்து, ''இவரு கூட பெரிய டான்ஸர்தான்... '' என்று கமலிடம் கூறும் ஜெயப்ரதா... என்று சொல்லிக்கொண்டே போகலாம்.

எல்லா அழகான பெண்களும், ஒரு குறிப்பிட்ட கணத்தில் தங்கள் உச்சகட்ட அழகை அடைவார்கள். அவ்வாறு இப்படத்தில் ஜெயப்ரதா தனது உச்சகட்ட அழகை அடையும் காட்சி: ஒரு காரருகில் நின்றுகொண்டு ஜெயப்ரதா கமலிடம், ''மௌனமான நேரம்..'' பாடலைப் பாடிக் காண்பிப்பார். பல்லவியை முடிக்கும்போது, திடீரென்று வெட்கம் வந்து, தோளைப் போர்த்தியிருந்த சிவப்பு நிறப் புடைவையால் லேசாக மூக்குக்குக் கீழ் முகத்தை மூடி, வெட்கத்துடன், ஒரு சிரிப்பு சிரிப்பார் பாருங்கள்... அந்த வெட்கச்சிரிப்பை அப்படியே கையில் பிடித்து, வாழ்நாள் முழுவதும் வைத்துக்கொள்ள முடிந்தால் எவ்வளவு நன்றாக இருக்கும்...

படம் முடிந்து வெளியே வந்தபோது, அரியலூர் வானம் முழுவதும் ஜெயப்ரதா பிரமாண்டமாக நின்றுகொண்டு ''மௌனமான நேரம்'' பாடினார். சலங்கை ஒலி அரியலூரில்

ஓடிய ஒரு வார காலத்தில், அப்படத்தை நான் மூன்று முறை பார்த்தேன். அதன் பிறகு... அரசு மருத்துவமனையில் எனக்கு வலிக்காமல் ஊசி போட்ட நர்ஸ் ஜெயப்ரதாதான். மாரியம்மன் கோயில் அரசமரத்தடியில், ராட்டினம் சுற்றிய பெண்ணும் ஜெயப்ரதாதான். பாலு வாத்தியார் வீட்டு வாசல் திண்ணையில், ட்யூசனுக்காக உட்கார்ந்திருந்த அத்தனைப் பெண்களும் ஜெயப்ரதாதான். நாராயணசாமி பால் பண்ணையில், பாலுக்காகத் தூங்கி வழிந்த முகத்துடன் காத்திருக்கும் அத்தனைப் பெண்களும் ஜெயப்ரதாக்கள்தான்.

வீட்டில் சண்டை போட்டுக்கொண்டு சாப்பிடாமல் தூங்கிவிட்ட இரவுகளில், ஜெயப்ரதா எழுப்பிவிட்டு சாப்பாடு போட்டார். கணக்கில் மார்க் குறைவாக வாங்கி அழுதபோது, பகற்கனவில் ஜெயப்ரதா, "என்னது சின்னப்புள்ள மாதிரி அழுதுகிட்டு... கண்ணத் துடைச்சிக்கோ." என்று கூறியவுடன் கண்களைத் துடைத்துக் கொண்டேன். அப்பா என்னைத் திட்டும்போது, "மரியாதையாப் பேசுங்க மிஸ்டர் கோவிந்தராஜன்" என்று ஜெயப்ரதா அப்பாவை அதட்டினார்.

சில மாதங்கள் வரை, ஜெயப்ரதா ஒரு நிழலைப் போல் என்னைத் தொடர்ந்துகொண்டே இருந்தார். ஆனால் ஜெயப்ரதாவைத் தொடர்ந்து கனவுக்கன்னி ஸ்தானத்தில் தக்க வைப்பது மிகவும்

கஷ்டமான காரியமாக இருந்தது. நீங்கள் ரசிக்கும் ஒரு நடிகையின் படங்களை அவ்வப்போது பார்த்துக்கொண்டிருந்தால்தான், கனவுக்கன்னியின் ஸ்தானம் ஸ்திரப்படும். ஆனால் ஜெயப்ரதா தமிழ்ப்படங்களில் அதிகமாக நடிக்கவில்லை. எனவே வேறு வழியின்றி சில மாதங்களிலேயே, நான் வேறு கனவுக்கன்னியைத் தேடவேண்டியிருந்தது.

நடிகை ராதா ஏற்கனவே 'அலைகள் ஓய்வதில்லை' படத்தில் அறிமுகமாகியிருந்தாலும், அப்போது நான் ஏழாவதுதான் படித்துக்கொண்டிருந்ததால், அப்போது ராதாவை கனவுக் கன்னியாக பார்க்கத் தெரியவில்லை. இரண்டு ஆண்டுகளில் ராதா மேலும் அழகாகி, 'ஒரு கைதியின் டைரி' படத்தில் பளிச் சென்று வந்து நின்றபோது முடிவெடுத்துவிட்டேன். ராதாதான் என் அடுத்த கனவுக்கன்னி.

ராதா போன்ற சற்றே கருப்பான அழகிகளுக்கு ஒரு விசே ஷத்தன்மை இருக்கிறது. சிவப்பழகிகள் எல்லாம், எட்டாத உயரத்தில் இருக்கும் மகாராணிகள் போல் தோன்ற... கருப்பழகிகளை உங்கள் மனதுக்கு நெருக்கமாக உணரமுடியும். நானும் அவ்வாறே உணர்ந்தேன். 'பாயும் புலி' படத்தில் மஞ்சள் நிற ஆடையுடுத்திக்கொண்டு, ''பொத்துக்கிட்டு ஊத்துதடி வானம்...'' என்று மழையில் ஆடியபோது ராதா தனது அழகின் பரிபூர்ணத்துவத்தை எட்டியிருந்தார்.

இனிமேல்சாகும்வரைராதாவை மட்டுமே நினைத்துக்கொண்டு, ஒரு ஏகக்கனவுக்கன்னி விரதனாக இருந்துவிடவேண்டும் என்று உறுதி பூண்டேன். ஏறத்தாழ இதே காலகட்டத்தில் விஜி, நளினி, அம்பிகா, ராதிகா, சுலக்க்ஷனா என்று எத்தனையோ நடிகைகள் ஃபீல்டில் இருந்தாலும், நான் மனதை அலைபாய விடாமல், எனது கனவுக்கன்னி ராதாவுக்கு உண்மையாகவே இருந்தேன். கடைசியில் ஒரு இந்தோ-ஐரோப்பிய கூட்டுச்சதியால், எனது ஏகக் கனவுக்கன்னி விரதம் கலைந்தது. ஒரு ஐரிஷ் நாட்டு தாய்க்கும், வங்காளத் தந்தைக்கும் கல்கத்தாவில் ஒரு பெண் பிறந்தார். அந்தப் பெண் வளர்ந்து 'அமலா' என்ற பெயரோடு, எங்கள் ஊர் சக்தி தியேட்டருக்கு வந்தார். படம்: டி. ராஜேந்தரின், மைதிலி என்னைக் காதலி'. அந்த அழகிய பெண், ''கண்ணீரில் மூழ்கும் ஓடம் நானே... '' என்று பாடியபோது, என் கண்களில் தண்ணித் தண்ணியாக வந்தது. படம் முடிந்தவுடன், கனவுக்கன்னிப் பட்டத்தைத் தூக்கி அமலாவுக்கு கொடுத்துவிடலாமா என்று ஒரு

யோசனை. ஆனாலும் மனசாட்சி உறுத்தியது. இச்சமயத்தில் ராதா 'காதல் பரிசு' படத்தில் சற்றே கவர்ச்சியாகத் தோன்றி அமலாவுக்கு கவுன்ட்டர் கொடுத்து, எனது சபலத்தை ஓரம் கட்டினார்.

ஆனால் அமலா வரிசையாக சத்யா, அக்னிநட்சத்திரம், ஜீவா, கொடி பறக்குது படங்கள் மூலமாக தமிழ்நாட்டு இளைஞர்களின் மீது ஒரு மாபெரும் தாக்குதலை நிகழ்த்தினார். அத்தனைப் பசங்களும் கவிழ்ந்தார்கள். அதுவும் 'ஜீவா' படம் பார்த்த தினம் இன்றும் நினைவில் இருக்கிறது.

அப்படம் ரிலீசான அன்று, நான் தஞ்சாவூரில் என் பாட்டி வீட்டில் இருந்தேன். காலை எழுந்தவுடன் எனது மாமா பையன் தீனா, தினத்தந்தியில் 'ஜீவா' பட விளம்பரத்தைக் காட்டினான். அதில் அமலா நீச்சல் உடையில் ஓடிவரும் காட்சி. எழுந்து முகம் கழுவிக்கொண்டு, ராஜராஜன் தியேட்டர் வாசலில், டிக்கெட் கவுண்ட்டர் கேட்டில் நானும், தீனாவும் முதல் ஆளாய் நின்றோம். நேரமாக, ஆக... தினத்தந்தி பார்த்த ரசிகர்கள் வெள்ளம் போல் குவிந்துவிட்டனர். வரிசையில் முதலில் நின்றிருந்த எங்களைக் கும்பல் நெருக்கித் தள்ள... எனக்கு மூச்சடைத்தது. ஒரு

கட்டத்தில் எனக்கு அமலாவைப் பார்க்காமலேயே செத்துப் போய்விடுவோமோ என்ற பயம் வந்துவிட்டது. கவுண்ட்டரைத் திறந்து முதல் டிக்கெட்டை வாங்கியபோது, சொர்க்கவாசலுக்கே டிக்கெட் வாங்கியது போல் உணர்ந்தேன்.

ராஜராஜசோழ மண்ணின் மைந்தர்கள், ராஜராஜன் தியேட்டரில் அந்த பொன் கணத்தை எதிர்நோக்கி ஆவலுடன் திரையைப் பார்த்துக்கொண்டிருந்தார்கள். வந்தது அந்தக் காட்சி... ஒரு டூயட் பாடலின் நடுவில், வெள்ளை நிற சட்டையுடன் தோன்றுவார் அமலா. சட்டென்று அந்தச் சட்டையைக் கழட்டி வீசிவிட்டு, நீச்சல் உடையில் கடற்கரை ஈர மணலில் ஓடி வர... தியேட்டரில் ஆழ்நிலை தியான மண்டபம் போல் ஒரு பேரமைதி.

அமலா ஸ்லோமோஷனில் ஓடி வந்து ஓய்ந்தவுடன், ரசிகர்கள் உயிர்பெற்று 'ஒன்ஸ் மோர்... ' கேட்டு ஏககலாட்டா செய்தார்கள். ஆனால் ஆபரேட்டர் மசியவில்லை. படம் முடிந்து வெளியே வந்து, தஞ்சை ரயிலடி வாசலில் வைத்து, எனது கனவுக்கன்னி பட்டத்தை மனப்பூர்வமாக அமலாவுக்கு அளித்தேன்.

சிறிது காலத்திலேயே அமலா அலை ஓய... ஒரு விடுமுறையின்போது தஞ்சாவூரில் நானும், என் மாமாப் பையன் தீனாவும் பெரிய கோயிலுக்குச் சென்று கொண்டிருந்தோம். வழியில் சுவர்களில், 'மிஸ்டர் விஜய்' என்ற தெலுங்கு டப்பிங் பட போஸ்டர். அதில் நடிகர் வெங்கடேஷுடன் ஒரு பெண் ஒல்லியாக, வெள்ளையாக, அழகாக, போஸ் கொடுத்துக் கொண்டிருந்தார்.

அப்படியே சைக்கிளைத் திருப்பி யாகப்பா தியேட்டருக்கு விட்டோம். பயங்கரமான அஜுடு குஜுடு தெலுங்கு மசாலாப்படம். ஒரு சவால் காட்சி, ஒரு சண்டை, ஒரு டூயட் ஸாங்... என்று மாற்றி மாற்றி வந்த அந்தப் படத்தில், மொத்த ஆறு டூயட் பாடல்கள். ஆறிலும் அந்த நடிகை, கண்களை அழகாகச் சிமிட்டிச் சிரித்தபோது, அடுத்த கனவுக்கன்னி தயார். நான் தீனாவிடம், ஒரு முன்னணி திரைப்படத் தயாரிப்பாளர், சக தயாரிப்பாளரிடம் கூறுவது போல், ''இந்தப் பொண்ணு தமிழுக்கு வந்துச்சுன்னா, ஒரு ரவுண்டு வரும்'' என்றேன். எனது தீர்க்கதரிசனம் விரைவில் பலித்தது. அவர் 'வருஷம் 16' படம் மூலமாக, ஒரே வாரத்தில், ஓல்டு கனவுக்கன்னிகள் அனைவரையும் ஓரம்கட்டினார். அந்த நடிகை... குஷ்பு.

'வருஷம் 16' படத்தையும் முதலில் தஞ்சாவூரில் தீனாவுடன் தான் பார்த்தேன். மேட்னி ஷோ முடிந்து வெளியே வந்த நாங்கள் குஷ்பு போஸ்டரைப் பார்த்தோம். அதிகம் யோசிக்காமல் அப்படியே ஃபர்ஸ்ட் ஷோவுக்கு டிக்கெட் வாங்கிக்கொண்டு, மீண்டும் தியேட்டரில் நுழைந்தோம். பிறகு அப்படம் அரியலூர் வந்து, லட்சுமி தியேட்டரில் 18 நாட்கள் ஓடியது. அந்த பதினெட்டு நாட்களும் மதியம் காலேஜ் கட்டடித்துவிட்டு, வருஷம் 16 படம் பார்க்கச் செல்வோம். படம் ஆரம்பித்து 20 நிமிடம் கழித்துதான், குஷ்பு வருவார். கரெக்டாக அந்த சமயத்தில்தான் உள்ளே நுழைவோம். ''பூபூக்கும் மாசம் தை மாசம்... ' பாடல் முடிந்தவுடன் வெளியே வந்துவிடுவோம்.

இப்படத்தில் முகத்தில் ஒரு சின்ன சிணுங்கலுடன், ''என் செயினத் தாங்க... '' என்று கார்த்திக்கிடம் கேட்கும் குஷ்பு... கோயிலில் இளஞ்சிவப்பு நிறப் பாவாடையும், சட்டையும் அணிந்துகொண்டு, இரட்டை ஜடையுடன் தோன்றும் குஷ்பு... கோயிலில் கார்த்திக்கின் கலாட்டாவால் சாமி விளக்கு கீழே விழுந்தவுடன் தொடரும் காட்சியில், 'ஜோசியர் ஆபத்து ஒண்ணுமில்லன்னு சொல்லிட்டா முத்தம் தர்றியா?' என்று

கார்த்திக் கேட்கும்போது குஷ்பு லேசாக... மிகவும் லேசாக... மிக மிக லேசாக, அரை வெளிச்சத்தில் ஒரு வெட்கத்தைக் காண்பிப்பார் பாருங்கள்... அட அட அடா... இந்த உலகம்தான் எவ்வளவு இனிமையானது.

தொடர்ந்து வெற்றி விழா, மைடியர் மார்த்தாண்டன், சின்னத்தம்பி, அண்ணாமலை என்று ஏழெட்டு வருடத்திற்கு குஷ்புவை, யாரும் அசைக்க முடியவில்லை. குஷ்பு மின்னிய காலம் ஓய்ந்தபோது, நான் குடும்பஸ்தனாகியிருந்தேன்.

கருணையே இல்லாத காலம் வேகமாக ஓடி, எனது முன்தலை முடிகளை உதிர்த்துவிட்டு, எனது கனவுக்கன்னிகளை நாலாபக்கமும் சிதறடித்தது. ஜெயப்ரதா, 'சலங்கை ஒலி' ஜெயப்ரதாவை அறியாத உத்தரபிரதேசத்தின் புழுதி படிந்த வீதிகளில், ராம்பூர் தொகுதியில் ஆஸம்கானை வீழ்த்துவதற்காக வியூகம் வகுத்துக் கொண்டிருக்கிறார். ராதா தனது மகளை கனவுக்கன்னியாக்க முயற்சித்துக் தோற்றுக் கொண்டிருக்கிறார். அமலா, நாகார்ஜுன் மனைவியாக ஹைதராபாத்தில் மிருகங்களின் நலனுக்காக நாட்களைச் செலவிட்டுக் கொண்டிருக்கிறார். தலைவர்கள் நிரம்பிய தமிழக அரசியலில், குஷ்பு தனக்கான இடத்தைத் தேடிக் கொண்டிருக்கிறார்.

எனது நேற்றைய கனவுக் கன்னிகளில், இன்று வரையிலும் நான் தொடர்ந்து ரசித்துக் கொண்டிருக்கும் ஒரே நடிகை,

'சலங்கை ஒலி' ஜெயப்ரதாதான். இப்போதும் 3, 4 மாதங்களுக்கு ஒரு முறையாவது டிவிடியில் 'சலங்கை ஒலி' படத்தைப் போட்டுப் பார்த்துவிடுகிறேன். சில வாரங்களுக்கு முன், டீன் ஏஜ் வயதில் நுழைந்து, என்னை ஜென்ம விரோதியாகப் பார்க்க ஆரம்பித்திருக்கும் எனது மகனும் என்னுடன் சேர்ந்து சலங்கை ஒலி படத்தைப் பார்த்தான். ஃப்ளாஷ்பேக்கில் கோயிலில் அழகாகத் தோன்றும் ஜெயப்ரதாவைப் பார்த்தவுடன், "யாரு இந்த நடிகை?" என்று கேட்டான்.

-சொல்வனம் இணைய இதழ்
-17.4.2012

2

பதினாறு வயதின் தேவதை

16 வயதினிலே திரைப்படத்தில் ஸ்ரீதேவி வெள்ளை நிற தாவணியில் தன் எதிர்கால கணவன் குறித்துக் கனவு கண்டபோது, தமிழ்நாட்டில் அனைத்து 16 வயதுப் பெண்களும் கனவு கண்டார்கள்.

2

கடவுள் உருவாக்கிய பெண்களில் ஸ்ரீதேவிதான் மிக மிக அழகிய பெண். லட்சக் கணக்கான ஆண்டுகளுக்கு ஒரு முறைதான் கடவுள் இதுபோன்ற கலைப்பொருளை படைப்பார். ஸ்ரீதேவியைப் படைத்ததற்காகக் கடவுளுக்கு நன்றி சொல்கிறேன். போனிகபூரின் வீட்டில் ஒரு சாதாரண மனைவியாக ஸ்ரீதேவி தேநீர் பரிமாறும்போது நான் அவரைப் பார்த்தேன். சொர்க்கத்திலிருந்து வந்த ஒரு தேவதையை ஒரு சாதாரண இல்லத்தரசியாக ஆக்கியதற்காக நான் போனி கபூரை வெறுத்தேன்.

-இயக்குனர் ராம்கோபால் வர்மா

'God of Beauty' என்ற தலைப்பில், நடிகை ஸ்ரீதேவி குறித்து இயக்குனர் ராம்கோபால் வர்மா எழுதிய கட்டுரை, நான் படித்த மிகச் சிறந்த சினிமா கட்டுரைகளுள் ஒன்றாகும். அது ஒரு இயக்குனர் ஒரு நடிகையைப் பற்றி எழுதிய கட்டுரை அல்ல. ஒரு ரசிகன்... இல்லை... ஒரு ஆராதகன் தனது கனவுகளின் தேவதை குறித்து எழுதிய கட்டுரை. ஒரு மனிதனின் இளமைக் காலத்தை, ஒரு சூறைக்காற்று போல் ஆக்கிரமித்திருந்த ஒரு நடிகையைப் பற்றி ஒரு மாபெரும் ரசிகன் எழுதிய கட்டுரை. ஸ்ரீதேவியின் ரசிகர்களை இது போல எழுதச் சொன்னால், இன்னும் சிறந்த கட்டுரைகள் கிடைக்கக்கூடும். அழகிய பெண்கள் வெறுமனே அழகாக மட்டுமே இருப்பதில்லை. தங்கள் அழகின் வழியாக, மேலும் அழகிய படைப்புகளை உருவாக்குகிறார்கள்.

தமிழ்நாட்டின் கிராமப்புறப் பகுதிகளுக்குச் செல்லும்போது இன்றும் குடையோடு வரப்பு மேட்டில் செல்லும் டீச்சர்களைப் பார்க்க முடிகிறது. அந்தக் குடை அவர்கள் வாங்கியது அல்ல. 1978ல் '16 வயதினிலே' படத்தில் ஸ்ரீதேவி டீச்சர்களுக்கு வாங்கித் தந்த குடை அது. பாரதிராஜாவின் '16 வயதினிலே' திரைப்படத்தில் ஸ்ரீதேவி குடையுடன் தோன்றிய காலம் முதல், இன்று வரையிலும் பெண்கள் டீச்சர் போஸ்டிங் அப்பாய்ன்மென்ட் வாங்கியதும், முதலில் கலர் பட்டன் குடை வாங்கிவிட்டுத்தான் அடுத்த காரியத்தைப் பார்க்கிறார்கள்.

கனவுக்கன்னிகள் உருவாவதில் கதாபாத்திரங்களுக்கு எப்போதும் முக்கியப் பங்குண்டு. படித்த, ஸ்டைலான ஹீரோ போன்ற ஆணைப் பார்க்கும்போது, கிராமத்துப் பெண்களின் மனதில் ஏற்படும் சலனத்தை '16 வயதினிலே படத்தில் ஸ்ரீதேவி மிக அழகாக பதிவு செய்தார். ஸ்ரீதேவி வெள்ளை நிற தாவணியில் தன் எதிர்கால கணவன் குறித்து கனவு கண்டபோது, தமிழ்நாட்டில் அனைத்துப் பெண்களும் கனவு கண்டார்கள். ஸ்ரீதேவி 16 வயதினிலே படத்தின் 'மயில்' மட்டும் அல்ல. அவர் தமிழ்நாட்டின் அத்தனை 16 வயதுப் பெண்களின் பிரதிநிதியாக இருந்தார்.

16 வயது என்பது வெறும் எண் அல்ல. அது கனவுகளின் வயது. கற்பனைகளின் வயது. ஏக்கங்களின் வயது. பருவத் தவிப்புகளின் வயது. அந்த வயதின் முழு முதல் பிரதிநிதியாக ஸ்ரீதேவி திரையில் தோன்றியபோது அத்தனை ஆண்களும், பெண்களும் அவரை ஏற்றுக்கொண்டார்கள். முதல் காட்சியில் செல்லத்தாயி அக்காவை அழைத்து, ஸ்ரீதேவி தான் பத்தாவது பாஸ் ஆகிவிட்டதாகச் சொன்னபோது பத்தாங்கிளாஸ் பசங்கள் முதல், அத்தனை பேரின் நெஞ்சிலும் குடியேறினார். ஒவ்வொரு வயசுப் பெண்ணும் தங்களை ஸ்ரீதேவியாகவே கற்பனை செய்து கொண்டார்கள்.

ஒவ்வொரு வயசுப் பையனும் ஸ்ரீதேவி போன்ற ஒரு பெண்ணைத் தேடினார்கள். மாப்பிள்ளை வீட்டாரிடம், 'பொண்ணு ஸ்ரீதேவி மாதிரி இருக்கும்'' என்று சொன்னால் போதும்... அரக்கப் பறக்க பெண் பார்க்க ஓடி வந்தார்கள். அலட்டிக்கொள்ளும் பெண்களை, ''பெரிய ஸ்ரீதேவின்னு நினைப்பு'' என்றார்கள்.

ஸ்ரீதேவி விறுவிறுவென்று தமிழில் ஜொலிக்க ஆரம்பித்தார். ஐந்தே வருடத்தில் ஹிந்தித் திரையுலகில் நுழைந்த ஸ்ரீதேவி, நமது கந்தசாமிக்கள், ராமசாமிக்கள் கனவிலிருந்து வெளியேறி கன்னாக்களின், சர்மாக்களின் கனவுகளில் குடியேறினார். அதன் பிறகு இன்று வரையிலும், தென்னிந்தியாவும் ஏற்றுக்கொண்ட அகில இந்தியக் கனவுக்கன்னி என்றால் அது ஸ்ரீதேவி மட்டுமே.

ஸ்ரீதேவியை ஏன் பலருக்கும் பிடித்தது? முதல் காரணம், ஸ்ரீதேவியின் முகத்திலிருந்த குழந்தைத்தனம். வயதாக ஆக... மனித மனம் அழுக்குக் கூடையாகிறது. மனதில் அழுக்கு சேர சேர, முகம் தானாகப் பொலிவை இழக்க ஆரம்பிக்கும். குழந்தையின் முகமே, கள்ளங்கபடமில்லாத பரிசுத்தமான முகம். எனவே ஒரு ஆண் ஸ்ரீதேவியின் முகத்தில், குழந்தையின் பரிசுத்தத்தை கண்டான். பேச்சில் குழந்தையின் வெகுளித்தனத்தைக் கண்டான். குஷ்பு குறித்து எழுத்தாளர் ரவிக்குமார் எழுதிய ஒரு கட்டுரையில்,

குஷ்புவின் வெற்றிக்கான காரணம், அவரது குழந்தைத்தனம் நிரம்பிய முகம் என்று கூறுகிறார். இது அப்படியே ஸ்ரீதேவிக்கும் பொருந்தும்.

ஸ்ரீதேவி வெறும் அழகியாக மட்டுமே இல்லை. அவர் ஒரு மிகச்சிறந்த நடிகையாகவும் இருந்தார். தமிழில் அவர் கோலோச்சிய காலகட்டத்தில் மூன்று முடிச்சு, 16 வயதினிலே, ஜானி, வாழ்வே மாயம், மீண்டும் கோகிலா, வறுமையின் நிறம் சிவப்பு, சிகப்பு ரோஜாக்கள், மூன்றாம் பிறை என்று பல படங்களில் நடிப்பின் பல பரிமாணங்களை அனாயசமாகக் காட்டினார். ஸ்ரீதேவியின் நடிப்புத் திறனுக்கு உதாரணமாக நான் எப்போதும் இயக்குனர் மகேந்திரனின், 'ஜானி' திரைப்படத்தில் இடம்பெற்ற இந்தக் காட்சியைத்தான் கூறுவேன்.

'ஜானி' படத்தில் பாடகியான ஸ்ரீதேவி புடவையைப் போர்த்திக்கொண்டு, தலையில் மல்லிகைப்பூவுடன், டேபிளில் இருக்கும் மஞ்சள் நிறப் பூக்களைப் பார்த்தபடி ரஜினியிடம் தனது காதலைக் கூறுவார். திருடனாக இருக்கும் ரஜினி அவர் காதலை ஏற்றுக்கொள்ளத் தயங்குவார். அப்போது ஸ்ரீதேவி பொங்கி வந்த அழுகையை அடக்கியபடி குமுறலுடன், ''என்னைப் பத்தி ஒரு கௌரவமான அபிப்ராயம் உங்களுக்கு இல்லை. இந்த நாய் ஊருக்கு முன்னாடி பாடிப் பொழைக்கிறவதானே... இவ கேரக்டர் எப்படியிருக்கும்ன்னு சந்தேகம்...'' என்பார்.

பிறகு ரஜினி அவரை சமாதானப்படுத்த முயற்சிக்கும்போது முகத்தைத் திருப்பிக்கொண்டு ஸ்ரீதேவி வேதனையுடன், 'வேண்டாங்க... ப்ளீஸ் விட்டுடுங்க... இனிமே சாகுற வரைக்கும் எந்த ஆம்பளைகிட்டயும் இந்த மாதிரி கேட்கமாட்டேன்'' என்று கூறும் ஸ்ரீதேவியின் குமுறலும், பிறகு ரஜினி அவரின் காதலை ஏற்றுக்கொள்வதாகக் கூறிவிட்டு, ''ஆரம்பத்துல படபடான்னு பேசிட்டீங்களே... நான் அப்படில்லாம் உங்கள நினைப்பனா?'' என்று கேட்க... ஸ்ரீதேவி 'நான் அப்படித்தான் பேசுவேன்' என்பார். ரஜினி, ''ஏன்? ஏன்?'' என்று கேட்க ஸ்ரீதேவி ஒரு வசனமும் பேசாமல் ரஜினியை நிமிர்ந்து பார்த்து நடிப்பின் உச்சகட்ட சாத்தியத்துடன் ஒரு அழகிய, மகத்தான முகபாவத்துடன் தலையை ஆட்டுவார்.

இளையராஜாவின் இசையும், ஸ்ரீதேவியின் நடிப்பும் சேர்ந்து அதனை தமிழ் சினிமாவின் மகத்தான காட்சிகளுள் ஒன்றாக்குகிறது.

அதே போல் மீண்டும் கோகிலா படத்தில், சபல குணமுடைய கமலின் மனைவியாகவும், வறுமையின் நிறம் சிவப்பு படத்தில், வேலையில்லாத கமலின் காதலியாகவும் ஸ்ரீதேவி அற்புதமாக நடித்திருந்த விதம், அவர் ஒரு மகா திறமையான நடிகை என்பதை மீண்டும் உறுதி செய்தது.

என்னைப் பாதித்த ஸ்ரீதேவியின் மற்றொரு படம்... மூன்றாம் பிறை. மூன்றாம் பிறை படத்தின் இறுதிக் காட்சியில் கமலும், ஸ்ரீதேவியும் பிரிந்துவிடுவார்கள். அவர்கள் பிரிந்ததை, அப்போது பள்ளியில் படித்துக்கொண்டிருந்த என் மனம் ஏற்றுக்கொள்ள மறுத்தது. அன்று இரவு என்னால் தூங்கவே முடியவில்லை. கடைசியில் எனது கற்பனையில் ஸ்ரீதேவியை தேடிக் கண்டுபிடித்து, நான் அவரிடம், கமல் பற்றிய உண்மையைக் கூறிக் கமலையும், ஸ்ரீதேவியையும் சேர்த்து வைத்துவிட்டுதான் நிம்மதியாகத் தூங்கினேன். நடிகைகள் நடிக்கிறார்கள். கனவுக்கன்னிகள் இளைஞர்களின் கனவுகளில் ராணிகளாக உலாவுகிறார்கள். அவ்வாறு எத்தனையோ ராணிகள் உலாவியிருக்கிறார்கள். ஸ்ரீதேவி... மகாராணி.

3
காலத்தில் கரையாத கலைஞன்

சக மனிதர்களால் கைவிடப்பட்டத் தருணங்களில் இளையராஜாவின் இசையே தமிழர்களைத் தாங்கிக்கொண்டது

3

2010, மே மாதம். பல வருடங்கள் கழித்து, குடும்பத்தினர் இல்லாமல் நண்பர்கள் மட்டும் கேரளா டூர் சென்றிருந்தோம். குமுளி, சித்தாரா ஹோட்டல் அறையில் அந்த இரவு இளையராஜாவின் இசையால் நிரம்பி வழிந்தது. நான் மொபைலில் ஒவ்வொரு இளையராஜா பாடலாக ஒலிக்க விட... நிகழ்காலம் மெள்ள மெள்ள மறைந்து, எங்கள் கண் முன்பு காலடியில் உதிர... இறந்த காலம் உயிர் பெற்று எங்களைப் பிரியத்துடன் தழுவிக்கொண்டது. ஒவ்வொருவருக்கும், ஒவ்வொரு பாடல் சார்ந்தும் சொல்வதற்கு ஏதேனும் அந்தரங்கமான நினைவுகள் இருந்தன.

இளையராஜாவின் பாடல்கள், வெறும் திரையிசைப் பாடல்கள் மட்டுமே அல்ல. அவைக் தமிழர்களின் வாழ்க்கையின் ஒரு பகுதியாக இருந்தது. ஒரு மகத்தான அந்தரங்க நண்பனாக இருந்தது. அது அவனுக்காகக் காதலித்தது. அவனுக்காகக் குமுறியது. தாயை மறந்த கணங்களை உக்கிரத்துடன் நினைவூட்டியது. சக மனிதர்களால் கைவிடப்பட்ட தருணங் களில் இளையராஜாவின் இசையே அவனைத் தாங்கிக்கொண்டது(அதனால்தான் இளையராஜாவைப் பற்றி ஒரு சிறு விமர்சனம் வந்தால் கூட, தன் தாயைப் பழித்தது போல் பலரும் பொங்கி எழுகின்றனர்.).

இளையராஜாவின் பாடல்கள் உருவாக்கிய கவித்துவமான மனநிலையுடன் அன்றிரவு நீண்ட நேரம் பேசிக் கொண்டிருந்தோம். ஒரு கட்டத்தில் அனைவரும் தூங்கிவிட... என்னால் மட்டும் இளையராஜாவிலிருந்து வெளியே வரமுடியவில்லை. தொடர்ந்து பாடல் கேட்கவேண்டும் போல் இருந்தது.

நண்பர்களின் தூக்கத்தைத் தொந்தரவு செய்யவேண்டாம் என்று மொபைலுடன் வெளியே வந்தேன். இரவு இரண்டு மணி போல இருக்கும். அந்நேரத்திலும் குமுளி பஸ் ஸ்டாண்டில் ஆட்கள் நடமாட்டம் தென்பட்டது. நான் மெதுவாகத் தேக்கடி ஏரிக்கரையை நோக்கி நடந்தேன். நடை தளர... ஒரு மூடிக்கிடந்த கடையின் முன்பு படுத்துக்கொண்டேன். மெல்லிய குளிர்... அமைதியான இரவு... தூரத்தில் நிலவொளியில் சலசலக்கும் மரங்கள்... மீண்டும் மொபைலில் இளையராஜாவின் பாடல்களைக் கேட்க ஆரம்பித்தேன்.

முதலில் நானே ராஜா... நானே மந்திரி' படத்தில் இடம் பெற்ற 'மயங்கினேன்... சொல்லத் தயங்கினேன்' பாடல். பாடல் முடிந்தபோதுதான் எதிர்க்கடையின் வாசலில் இருவர் அமர்ந்திருந்ததைக் கவனித்தேன். என்னைப் பார்த்தபடி ஏதோ பேசிக்கொண்டிருந்தனர். நான் பொருட்படுத்தாமல் அடுத்து 'ரோசாப்பூ ரவிக்கைக்காரி' படத்தில் இடம் பெற்ற, என்னுள்ளில் எங்கோ... ஏங்கும் கீதம்...' என்ற பாடலுக்குள் நுழைந்தேன். அப்படியே அடுத்து... அடுத்து... என்று வரிசையாக இளையராஜா பாடல்களில் கரைந்துகொண்டேயிருந்தேன். இடம், காலம், இருப்பு... என்று அனைத்தையும் மறந்து இசையில் மூழ்கும் தருணங்கள் எல்லாம் இதுபோல் எப்போதாவதுதான் அரிதாக அமையும்.

திடீரென்று அருகில் நிழலாட நிமிர்ந்தேன். எதிரேயிருந்த இருவரும் இப்போது என்னருகில் நின்றுகொண்டிருந்தனர். எனக்கு சொரேலென்றது. முன் பின் தெரியாத ஊர். வழிப்பறிக் கொள்ளையாக இருக்குமோ என்று பயத்துடன் எழுந்து அமர்ந்தேன்.

அதில் ஒருவன், 'ஸார்... டூரிஸ்ட்டா?' என்றான். உச்சரிப்பில் மலையாளம்.

'ஆமாம்...' என்று எழுந்தேன்.

'யாரு ஸாங்கு இதெல்லாம்... அடிபொலி...' என்ற பிறகுதான் அவர்கள் இருவரும் பாடல்களைக் கேட்டுக்கொண்டு அமர்ந்திருந்தனர் என்பது புரிந்தது. நான் அனைத்தும் இளையராஜாவின் பாடல்கள் என்று கூறினேன். ''எல்லாப் பாட்டும் எங்கயோ கொண்டு போய்டுது சார்... இதெல்லாம் இளையராஜா பழைய தமிழ் பாட்டா சார்... நாங்க கேட்டதேயில்லை...'' என்று பேச ஆரம்பித்தார்கள்.

நானும் ஆர்வத்துடன் உரையாட ஆரம்பித்தேன். இடையிடையே மிகவும் உற்சாகத்துடன் பாடல்களை ஒலிக்கவிட்டு, அவர்களின் கருத்தைக் கேட்டேன். அப்படியே நீண்ட நேரம் பேசிக்கொண்டிருந்துவிட்டு அவர்கள் பிரிந்தபோது, மெள்ள விடிய ஆரம்பித்திருந்தது. அவர்கள் இருவருக்கும் கிட்டத்தட்ட இருபது வயதுதான் இருக்கும். இப்போதுதான் கல்லூரியில் படித்துக்கொண்டிருக்கிறார்கள். இளையராஜா உச்சத்தில் இருந்த காலத்தில் அநேகமாக அவர்கள் பிறந்திருக்கமாட்டார்கள். மேலும் பொதுவாக மலையாளிகள் அவ்வளவு சீக்கிரம் ஒட்டிவிடமாட்டார்கள்(இந்த விஷயத்தில் அவர்கள் ஜெர்மானியர்கள் மாதிரி.) ஆனால் இளையராஜாவின் இசை, அவர்களை உடனே என்னுடன் நெருங்கச் செய்தது, பல மணி நேரம் பேசச் செய்தது.

ஆம்... இளையராஜாவின் இசையின் அற்புதம் அதுதான். அது உங்கள் மனதை இளகச் செய்கிறது. நெகிழச் செய்கிறது. உங்கள் கர்வத்தை எல்லாம் மறக்கச் செய்கிறது.

இவ்வாண்டு சிறந்த பின்னணி இசைக்கான தேசிய விருது இளையராஜாவிற்கு அறிவிக்கப்பட்டிருக்கிறது. இளையராஜாவின் பாடல்கள் போல, இளையராஜாவின் பின்னணி இசையும் ஒரு தனி வரலாறு. அதிகம் விவாதிக்கப்படாத வரலாறு. இளையராஜாவிற்கு முன்பு பின்னணி இசை என்பது, வசனங்களுக்கிடையேயான மௌனத்தை நிரப்பும் வெறும் வாத்தியங்களின் சத்தமாகவே இருந்தது. இளையராஜாவே காட்சிகளுக்கேற்றாற் போன்ற உயிரோட்டமான இசையை அளித்து, பின்னணி இசையை ஒரு மகத்தான கலை அனுபவமாக மாற்றிக்காட்டினார். எழுத்தாளர் எஸ். ராமகிருஷ்ணன் ஒரு கட்டுரையில், 'இளையராஜாவின் பின்னணி இசையைத் தொகுத்து ஒரு ஆல்பமாகக் கொண்டுவரவேண்டும். என்று கூறியது இத்தருணத்தில் நினைவிற்கு வருகிறது.

வார்த்தைகளாலோ, காட்சிகளாலோ... ஏன் மௌனத்தாலோ கூட வெளிப்படுத்த முடியாத சில அபூர்வ கணங்கள் வாழ்க்கையில் உள்ளன. உதாரணத்திற்கு திரைப்படங்களில், கதாபாத்திரங்களின் கண்களில் காதல் உணர்வைக் கொண்டு வந்து காட்டினாலும், ஒரு கட்டத்திற்கு மேல் அதை அழுத்தமாகச் சொல்வதற்கு ஒரு துணை தேவைப்பட்டது. அந்தத் துணையாக இளையராஜா இருந்தார். இளையராஜாவின் பின்னணி இசை என்பது, வெறும் இசை மட்டும் அல்ல. அது திரைக்கதையில் எழுதப்படாத ஒரு பகுதியாகவே எப்போதும் இருந்து வருகிறது. இளையராஜாவின் பின்னணி இசையால், காட்சிகள் கவிதைகளாக மாறும் அதிசயம் நிகழ்ந்தது.

அவற்றில் சிலவற்றை இங்கே உங்களுக்கு நினைவூட்ட விரும்புகிறேன். ஏனெனில், இசை விமர்சகர் ஷாஜியின், 'இசையின் தனிமை' குறித்த கலந்துரையாடல் கூட்டத்தில் கவிஞர் மனுஷ்ய புத்திரன் அழகாகக் கூறியது போல், தமிழ்ச் சமூகம் மறதியின் மீதுதான் நடந்துகொண்டிருக்கிறது.

'வருஷம் 16' படத்தில் ஒரு காட்சி. கார்த்திக்கும், குஷ்புவும் முதலில் வீட்டில் சந்திக்கின்றனர். பிறகு மறுநாள் வெளியே ஒரு வயல் வரப்பில் சந்திக்கின்றனர். அப்போது கார்த்திக் குஷ்புவிடம், 'இந்த ஊர்ல அருந்ததி பூங்கான்னு ஒரு பூங்கா இருக்கு. அங்க

29

கொஞ்சவருஷத்துக்கு முன்னாடி ஒரு குட்டி கண்ணணும் (கார்த்திக் கதாபாத்திரத்தின் பெயர்), ஒரு குட்டி ராதிகாவும்(குஷ்பு)... என்று துவங்கும்போது, இசை ஒலிக்க ஆரம்பிக்கும். முதலில் மிகவும் வேகமாக... அதாவது அவர்களுடைய நினைவுகள் வேகமாக இறந்த காலத்தில் நுழைவதைக் காண்பிப்பதற்கு மிகவும் வேகமான ஒரு இசையும், பிறகு அவர்கள் இறந்த காலத்திற்குள் நுழைந்து அந்த நினைவுகளில் தேங்கியவுடன் ஒரு அமைதியான புல்லாங்குழல் இசையும் ஒலிக்கும். இங்கு ஃப்ளாஷ்பேக் ஏதும் கிடையாது. ஏனெனில் ஒரு அழுத்தமான ஃப்ளாஷ்பேக் அளித்திருக்கக்கூடிய தாக்கத்தை அந்த இசையால் அளிக்க முடிந்தது. அந்த இசையே, அந்தக் காட்சியை இன்னும் என்னால் மறக்க முடியாத காட்சியாக்குகிறது.

அதேபோல் ‘சலங்கைஒலி’ படத்தில் ஜெயப்ரதாவுக்கு ஏற்கனவே திருமணமாகியிருக்கிறது என்று தெரிந்தவுடன், கமல் ஆவேசமாக கடற்கரையில் ஒரு நடனம் ஆடுவார். அந்த நாட்டியத்திற்கான இளையராஜாவின் இசை, இளையராஜாவின் ஆகப்பெரிய அற்புதங்களில் ஒன்றாகும். கமலின் அந்த மனக்கொந்தளிப்பு, குமுறல், இயலாமை... என்று அத்தனை உணர்வுகளையும் வாத்தியங்களில் இளையராஜா வெளிக்கொணர்ந்த விதம்... இப்போது நினைத்தாலும் சிலிர்க்கிறது.

நம் வாழ்வில் ஒரு மிகப் பெரிய துக்கத்தை அனுபவித்து, அழுது புரண்டு ஓய்ந்தவுடன், மனதில் ஒரு சோகமான அமைதி மெள்ள வந்து தழுவும். அதை வார்த்தைகளால் கூட வெளிப்படுத்துவது

கடினம். ஆனால் அதனை இளையராஜா 'அபூர்வ சகோதரர்கள்' படத்தில் அற்புதமாகச் செய்திருப்பார். டைட்டிலுக்கு முன்பு ஆற்றங்கரையில் கமல் கொல்லப்பட்டு, ஸ்ரீவித்யா படகில் கதறியழுது, ஓய்ந்து அமைதியானவுடன் மெள்ள ஒரு புல்லாங்குழல் இசை ஒலிக்க ஆரம்பிக்கும்(படத்தின் தீம் மியூசிக்கும் அதுதான்). அந்த இசை உருவாக்கும் துயரமும், அமைதியும் மிகவும் அலாதியானது.

மேலும் 'முதல் மரியாதை' படத்தில், ரஞ்சனி இறந்தவுடன், தீபன் புல்லாங்குழலை மேலே எறிந்துவிட்டு நீரை நோக்கி ஓடுவார். காற்றில் பறக்கும் புல்லாங்குழல் மேலே நீண்ட தூரம் செல்ல... இடையில் ஊரார் ஓடிவருவது உள்ளிட்ட ஏராளமான கட் ஷாட்களுடன் இணைந்து, அந்தப் புல்லாங்குழல் மீண்டும் நீரில் விழும் வரையிலான காட்சிக்கு இளையராஜா இசைத்த புல்லாங்குழல் இசை, இளையராஜாவின் மாஸ்டர் பீஸ்களில் ஒன்றாகும். வாழ்க்கையில் சற்றும் எதிர்பாராத ஒரு துயரத்தையும், அதன் விளைவுகளையும், இசையால் காட்சிப்படுத்திய அபூர்வ திரைத் தருணங்களில் அதுவும் ஒன்றாகும்.

அதே போல் 'மௌன ராகம்' படத்தின் பின்னணி இசையை , வசனங்களை மட்டும் கட் செய்துவிட்டு நீங்கள் கேட்டுக்கொண்டே இருக்கலாம். இவ்வாறு 'அலைகள் ஓய்வதில்லை,' சிந்து பைரவி' என்று பல படங்களிலிருந்து என்னால் ஏராளமான உதாரணங்களை கூறமுடியும்.

இத்தனைக்கும் எனக்கு இசையின் நுணுக்கங்கள் குறித்தோ, ராகங்கள் பற்றியோ எதுவும் தெரியாது. கேட்பதற்கு நன்றாக இருக்கும் இசையை ரசிப்பேன். அவ்வளவுதான். இளையராஜாவின் 'ஹௌ டு நேம் இட்' குறித்து, 'சொல்வனம்' இணைய இதழில், ரா. கிரிதரன் என்பவர் இசை பற்றிய நுணுக்கமான அறிவுடன், அது மேற்கத்திய இசையின் என்ன கூறுகளைக் கொண்டது என்றெல்லாம் மிகவும் விரிவாகக் கூறியிருந்தார். அந்த விபரங்கள் எல்லாம் எனக்கு ஒரு அட்சரம் கூடத் தெரியாது. அதைப் படித்தபோது இதில் இவ்வளவு மேட்டர் இருக்கிறதா என்று எனக்கு பிரமிப்பாக இருந்தது. அதைப் பற்றியெல்லாம் எதுவுமே தெரியாமல் என்னால் எப்படி அந்த இசையை ரசிக்க முடிந்தது?

அதுதான் இளையராஜாவின் தனித்துவம். தமிழ்நாட்டில் மேதைமையும், வெகுஜன ரசனையும் ஒன்றிணையும் கணங்கள்

மிகவும் அபூர்வம். ஆனால் இளையராஜா நமது நாட்டுப்புற, கர்நாடக மற்றும் மேற்கத்திய செவ்வியல் இசைக்கூறுகளின் அபாரமான சாத்தியங்களை எளிமையாக இணைத்து, இசையைப் பற்றி ஆனா, ஆவன்னா தெரியாதவனும் ரசிக்கும்படி செய்து மேதைமையை, வெகுஜன ரசனைக்குரியதாக மாற்றிக் காட்டினார்.

அடுத்து இளையராஜாவின் மிகப்பெரிய பங்களிப்பு, மனித உறவுகளில் அது ஏற்படுத்திய விளைவுகள். இளையராஜாவின் பொற்காலத்தில், இளையராஜாவின் பாடல்கள் என்ற ஒற்றைப் புள்ளியில் சந்தித்துக் காதலித்தவர்கள் அனேகம் பேர். வீட்டிற்குள் நிலவிய எத்தனையோ கசப்புகளை, அந்த வீட்டிற்கு சம்பந்தமேயில்லாத இளையராஜா போக்கியிருக்கிறார். என் வாழ்வில் அவ்வாறு நிகழ்ந்திருக்கிறது.

அந்தக் காலத்தில் தந்தை-மகன் உறவு என்பது கிட்டத்தட்ட ஒரு எஸ்.பி.க்கும், கான்ஸ்டபிளுக்கும் உள்ள உறவு போன்றது. அப்பாக்கள் எஸ்பிக்கள். மகன்கள் கான்ஸ்டபிள்கள். அப்போது தந்தைக்கும் மகன்களுக்கும் நடுவே தெளிவாக, உறுதியாக ஒரு பெரிய இடைவெளி இருக்கும்(நடிகர் கமல்ஹாசன் ஒரு பேட்டியில், 'எனது தந்தை மிகவும் சீரியஸாக சாகக் கிடந்த சமயத்தில், ஒரு நாள் அவர் தோளைத் தொட்டு தூக்கி அமர வைத்தபோதுதான், எனக்கு விபரம் தெரிந்து முதன் முதலாக அவரைத் தொட்டேன்.' என்று கூறியது ஞாபகத்திற்கு வருகிறது.).

இவ்வாறு எல்லாத் தந்தைகளுக்கும், மகன்களுக்கும் இருந்த இடைவெளி என் தந்தைக்கும், எனக்கும் கூட இருந்து வந்தது. பிறிதொரு காலத்தில் அந்த இடைவெளி மேலும் அதிகரிக்கும் சூழல் உருவானது. நான் பத்தாவதில் ஐநூறுக்கு 434 மார்க் எடுத்தேன். அது நல்ல மார்க். அப்போது ஸ்டேட் ரேங்கே 455, 460 என்றுதான் இருக்கும். அதனால் என் தந்தை தன் வாழ்நாளின் ஆகப் பெரிய கனவைச்சுமக்க ஆரம்பித்தார். எப்படியும் ப்ளஸ்டூவில் நான் நிறைய மதிப்பெண்கள் பெற்று, மருத்துவர் படிப்பில் சேருவேன் என்று உறுதியாக நம்பினார். எனது உறவினர்களும் நம்பினார்கள். என் பக்கத்து வீட்டுக்காரர்கள் எல்லாம் எனக்கு டாக்டர் சீட் கிடைத்துவிட்டது போலத்தான் பேசிக்கொண்டிருப்பார்கள் ('நமக்கு ஒண்ணும் பிரச்சினையில்ல. சுரேந்தர் க்ளினிக் போட்டுட்டான்னா, ஃப்ரீயா வைத்தியம் பாத்துக்கலாம்.'). ஏன்... நானும் நம்பினேன்.

ஆனால் எனது விடலைப் பருவத்தின் சில விரும்பத்தகாத காரியங்களால் பள்ளி மாறி, ஒரு அரசுப் பள்ளியில் சேர்ந்து, பல்வேறு விஷயங்களால் படிப்பில் ஆர்வம் போய், ப்ளஸ் டூவில் 1200க்கு 840 மட்டுமே எடுத்தேன். மேலும் மருத்துவ நுழைவுத்தேர்வு எழுதுவதற்கான குறைந்தபட்ச தகுதி மதிப்பெண்களைக் கூடப் பெறவில்லை. எனது தந்தை இதைச் சற்றும் எதிர்பார்க்கவில்லை. ரிசல்ட் வந்து, மதிப்பெண் பட்டியலைப் பார்த்தபோது என் தந்தையின் கண்களில் தெரிந்த வலி இன்னும் என் ஞாபகத்தில் இருக்கிறது. தனது குழந்தைகள் குறித்த ஒரு தந்தையின் கனவுகள் சிதையும் கணங்கள் மிகவும் கொடுமையானவை. மிகுந்த கோபக்காரரான எனது தந்தை அப்போது ஒரு வார்த்தை கூடப் பேசவில்லை.

நிச்சயம் என்னால் சாதித்திருக்கக்கூடிய விஷயம், எனது காரியங்களால், எனது தந்தையின் எச்சரிக்கையையும் மீறி நான் நடந்துகொண்ட முறையால் கெட்டது. அதனால் அதன்பிறகு எனது தந்தை என் மீது ஆழமான வெறுப்பைக் கொட்ட ஆரம்பித்தார். எனக்கான சுதந்திரங்கள் மறுக்கப்பட்டன. செலவுக்கு அஞ்சு பைசா கூடத் தரமாட்டார்.

பதிலுக்கு நான் காந்திய வழியில் அறப்போராட்டத்தில் இறங்கினேன். ஆனால் முற்றிலும் பட்டினி கிடைக்க முடியாத காரணத்தால், ஒரு வித்தியாசமான போராட்டத்தை ஆரம்பித்தேன். அது என்னவென்றால், காலையில் பேருக்கு ஒரு இட்லி, ஒரு தோசை மட்டும் சாப்பிடுவேன். அதற்கும்

சட்னியெல்லாம் வேண்டாம் என்று கூறிவிடுவேன். மதிய, இரவு சாப்பாடுகளில் குழம்பு, ரசம், சைட்டிஷ் எல்லாம் வேண்டாம் என்று கூறிவிடுவேன். வெறும் தயிர்சாதம் மட்டும்தான் சாப்பிடுவேன். அதுவும் ஒரு மிகைநடிப்புடன், தொட்டுக்க ஒன்றுமின்றி நான் மிகவும் கஷ்டப்படுகிறேன் என்பதை உணர்த்துவதற்காக ஒவ்வொரு வாய் சாதத்திற்கும், ஒரு வாய் தண்ணீர் மடக் மடக்கென்று குடித்துக்கொள்வேன். வீட்டில் கறி, மீன் எடுக்கும்போது அதைக் கையால் கூட சீந்தமாட்டேன். அப்போதெல்லாம் என் அம்மாவுக்கு ஒரே லட்சியம்தான் இருந்து வந்தது. உயிரே போனாலும், ஞாயித்துக்கிழமை பிள்ளைகளுக்கு கறிசோறு ஆக்கிப் போட்டுவிட்டுதான் சாகவேண்டும். ஆனால் அதையும் நான் நிராகரித்துவிட்டு, என் தம்பிகள் எல்லாம் கறிசோறு தின்ன... நான் மட்டும் தயிர்சாதம் தின்பதை என் தாய் கண்ணீருடன் பார்த்துக்கொண்டிருப்பார். இந்தப் போராட்டம் பல மாதங்கள் நீடித்தது. ஆனாலும் என் தந்தை இறங்கி வரவில்லை.

என் அப்பா சென்னை சென்றுவிட்டுத் திரும்பும்போதெல்லாம் ஏராளமான கேஸட்டுகளுடன் வருவார். வந்தவுடனேயே கேஸட்டுகளை ஒலிக்கவிட்டுவிடுவார். பெரும்பாலும் அவை சினிமாபாடல்களாகவே இருக்கும். ஆனால் ஒரு விடியற்காலையில் அவர் சென்னையிலிருந்து திரும்பியபோது, வித்தியாசமாக ஒரு கருவி இசைப்பாடல் ஒலிக்க ஆரம்பித்தது. அது திரைப்பட இசை கிடையாது. அசுவராஸ்யமாகக் கேட்க ஆரம்பித்த நான், என்னை அறியாமல் மெள்ள, மெள்ள ஒரு பிரமாண்டமான இசைச்சூழலில் சிக்கிக்கொண்டதை உணர முடிந்தது. வயலினும், புல்லாங்குழலும்

மாற்றி, மாற்றி இழைந்து என்னுள் ஏதேதோ செய்தது. அதுவும் ஒரு இசைப்பாடல், ஒரு மலை ஊற்றுப் போல மெள்ள சுரக்க ஆரம்பித்து, பிறகு மகா நதியாகப் பெருகி ஓடி, கடலில் கலந்து அமைதியாவதைப் போல முடிந்தபோது என்னை அறியாமல் என் கண்களிலிருந்து நீர் வழிந்திருந்தது.

அதற்கு மேல் தாங்க முடியாமல் எழுந்துவிட்டேன். அன்று காலைதான் நெடு நாட்களுக்குப் பிறகு என் தந்தையிடம் நான் பேசினேன்.

'என்ன கேஸட்?'

'இளையராஜாவோட நத்திங் பட் வின்ட்...' என்றவர் தொடர்ந்து இந்தத் தருணத்திற்காகவே காத்திருந்தது போல், 'உனக்கு இங்க என்னடா பிரச்னை? எதா இருந்தாலும் சொல்லு... ' என்றார்.

'நிறைய இருக்கு. கைல காசே தரமாட்டேங்கறீங்க.' என்றேன்.

'எதுக்கு காசு?'

'சினிமாப் பாக்குறதுக்கு. அப்புறம் இளையராஜா பாட்டுல்லாம் ரிகார்ட் பண்றதுக்கு.'

'அவ்ளோதான... இது வேணும்னு வாய்விட்டுக் கேட்டாதானே தெரியும்' என்று ஒரு நூறு ரூபாயை எடுத்து நீட்டினார்.

அப்போதெல்லாம் பாடல்கள் கேஸட்களில்தான் கேட்போம். நான் ஒவ்வொரு இளையராஜா பாடலாகக் குறித்து வைத்துக்கொண்டே வருவேன். இருபது பாடல்கள் சேர்ந்தவுடன் ரிக்கார்டிங் சென்டருக்கு சென்று, டிடிகே 90 அல்லது மெல்ட்ராக் கேஸட்டில் பதிவு செய்துகொண்டு வருவேன். அது இளையராஜா வருடத்திற்கு 30, 40 படங்கள் எல்லாம் இசையமைத்துக்கொண்டிருந்த காலம். ஒரு மாதத்திற்குள்ளாகவே இரண்டு, மூன்று கேஸட்டுகள் பதிவு செய்யவேண்டி வரும். அதற்காக எப்போது கேட்டாலும் மறுக்காமல் எனது தந்தை பணம் தந்துவிடுவார்.

நான் பதிவு செய்துகொண்டு வந்தவுடன் என் தந்தையும், நானும் சேர்ந்தாற்போல் ரசித்துக் கேட்போம். அப்போது எங்கள் உரையாடலின் மையப்புள்ளியாக இளையராஜாவே இருந்தார். (அப்போதெல்லாம் எனது தந்தை அடிக்கடி, 'என் கைல மட்டும் நிறைய காசு இருந்துச்சுன்னா, நம்ம நால் ரோட்டுல

இளையராஜாவுக்கு தங்கத்துல சிலை வச்சிடுவன்டா' என்று கூறுவார்.).

இல்லையென்றால் எனது தந்தையிடமிருந்து நான் மிகவும் விலகிச் சென்றிருக்கக்கூடும்.

இவ்வாறு இளையராஜா, தமிழர்களின் தனி மனித வாழ்க்கையில் மிகப் பெரிய பாதிப்புகளை ஏற்படுத்தியிருக்கிறார். வேறு விஷயங்களில் வெவ்வேறு ரசனைக் கொண்டவர்களும், பல்வேறு கருத்து வேறுபாடுகளும் கொண்டிருந்தவர்களும் கூட இளையராஜாவின் இசை என்ற புள்ளியில் ஒன்றிணைந்தனர். அந்தப் புள்ளியிலிருந்து புறப்பட்டு, அவர்கள் ஒற்றுமையுடன் வாழ்க்கையின் அடுத்த கட்டத்திற்குச் செல்ல முடிந்தது. இவ்வாறு இளையராஜா கலையும், வாழ்க்கையும் இணையும் அபூர்வத்தை வெகுஜனங்களிடையே நிகழ்த்திக் காட்டினார்.

அன்று இளையராஜாவோடு வேறு பல விஷயங்களும் எனக்கு மிகுந்த போதை ஊட்டுவதாக இருந்தன. ஹோட்டலில் ரவா தோசை தின்பதற்காக, என் அப்பாவின் சட்டைப் பையில் திருடத் தயங்கமாட்டேன். பாலகுமாரன் நாவல்கள் என்றால் பைத்தியம்.

இன்று என்னோடு ரவா தோசை இல்லை. பாலகுமாரன் இல்லை. நாட்கள் நகர, நகர... ஒரு காலத்தில் நாம் மிகவும் முக்கியமாகக் கருதும் விஷயங்கள் , பிறகு ஒன்றுமே இல்லாமல் ஆகிவிடுகிறது. ஆனால் இளையராஜா மட்டும் நேற்றும் என்னோடு இருந்தார். இன்றும் என்னோடு இருக்கிறார். நாளையும் என்னோடு இருப்பார். ஏனெனில் இளையராஜா... காலத்தில் கரையாத கலைஞன்.

★★★

- உயிரோசை இணைய இதழ்
10.1.2011

4

இன்னும் சில கனவுக் கன்னிகள்

ஆனந்தம் திரைப்படத்தில் அப்பாஸ், "இவ்ளோ தூரம் கொண்டு வந்து விட்ருக்கேன். ஒரு சின்ன தேங்க்ஸ் கூட சொல்லமாட்டீங்களா? என்பார். அதற்கு சிநேகா, "சரி... ஒரு சின்ன தேங்க்ஸ்..." என்று வெட்கத்துடன் அழகாகப் புன்னகைக்க... ரசிகர்கள் சிநேகாவைப் படைத்த கடவுளுக்கு 'ஒரு பெரிய தேங்க்ஸ்' சொன்னார்கள்.

4

முன்குறிப்பு: முன்பு, சொல்வனம் இணைய இதழில் வெளிவந்த கனவுக் கன்னிகள்' என்ற கட்டுரையை படித்த நண்பர்கள் பலரும் என்னைப் பற்றிய ஒரு தவறான முடிவுக்கு வந்து... 'குஷ்புவுக்குப் பிறகு வேறு எந்த நடிகையையும் நீங்கள் ரசிக்கவில்லையா?'' என்று கேட்டு என் மனதை மிகவும் புண்படுத்தினர். அக்கட்டுரையை 'காணாமல் போன கனவுக்கன்னிகள்' என்ற தலைப்பில் எழுதியிருந்ததால், அச்சமயத்தில் நடித்துக்கொண்டிருந்த எனக்குப் பிடித்த சில நடிகைகளை 'காணாமல் போனவர்கள்' பட்டியலில் சேர்க்க என் மனம் இடம் தரவில்லை. இருப்பினும் அவர்களைப் பற்றி எழுதாமல் இருப்பது ஒரு குற்ற உணர்வை ஏற்படுத்திக்கொண்டேயிருப்பதால் இதோ... இன்னும் சில கனவுக்கன்னிகள்.

கிரிக்கெட் மூலமாக நமக்கெல்லாம் நன்கு தெரிந்த ஷார்ஜா ஸ்டேடியத்தில் பணிபுரிந்துகொண்டிருந்த ராஜாராம் என்பவரின் மகள் சுஹாசினி. ப்ளஸ் டூ படித்துக்கொண்டிருந்த சுஹாசினிக்கு, ஷார்ஜா ஸ்டேடியத்தில் நடைபெறும் கலை நிகழ்ச்சிகளில் கலந்துகொள்ள வரும் பிரபலங்களிடம் ஆட்டோகிராஃப் வாங்கும் பழக்கம் இருந்தது. அவ்வாறு பிரபல மலையாள மற்றும் தமிழ்த் திரைப்பட இயக்குனர் ஃபாசிலிடம் சுஹாசினி ஆட்டோகிராஃப் கேட்டார். அவரைக் கூர்ந்து பார்த்த ஃபாசில்,

"இப்பெண் ஆட்டோகிராஃப் கேட்கவேண்டிய பெண் அல்ல. ஆட்டோகிராஃப் போடவேண்டிய பெண்" என்ற முடிவுக்கு வந்தார். 'உனக்கு நடிக்க விருப்பமா?" என்று கேட்டு தனது 'இங்ஙனே ஒரு நிலாபக்ஷி' என்ற மலையாளப் படத்தில் 'மானஸி' என்ற பெயரில் சுஹாசினியை அறிமுகப்படுத்தினார்.

இவ்வாறு அரபிக் கடலோரம் மையம் கொண்ட இந்த 'மானஸி' புயல் கன்னியாகுமரியில் வங்கக் கடலில் நுழைந்து, சென்னையில் வலுப்பெற்று 'சிநேகா" என்ற பெயருடன் கரையைக் கடந்தது. 'சிநேகா' புயல் கரையைக் கடந்தபோது ஏராளமான மரங்கள் வேரோடு சாய்ந்தன. அவ்வாறு சாய்ந்த மரங்களில் நானும் ஒருவன். சிநேகா முதலில் 'விரும்புகிறேன்' திரைப்படத்தில் நடித்திருந்தாலும், சில பிரச்னைகளால் அப்படம் வெளியாகத் தாமதமானது. எனவே சிநேகா நடித்து முதலில் வெளியான படம் 'என்னவளே'தான். ஆனால் அப்படத்தை நான் பார்க்கவில்லை.

2000-ஆம் ஆண்டு வெளியான இயக்குனர் லிங்குசாமியின் முதல் படமான 'ஆனந்தம்' திரைப்படம், முதல் முக்கால் மணி நேரம் குடும்பக் கதையாக நகரும். பின்னர் ஒரு காட்சியில், நடிகர் அப்பாஸ் பஸ்ஸிலிருந்து வெளியே பார்க்க... சாலையில் சிநேகா, மஞ்சள் தாவணியில் கழுத்தில் செயினும், தலைக்குப் பின் மல்லிகைப்பூ கூந்தலும் ஸ்லோமோஷனில் அசைந்தாட ஓடி வந்தார். பஸ்ஸில் ஏறிய சிநேகாவை, அப்பாஸ் க்ளோஸ் அப்பில்

பார்க்க... தமிழ் ரசிகர்கள் மானசீகமாக அடித்து பிடித்துக்கொண்டு அந்த பஸ்ஸில் ஏறினார்கள்.

பிறிதொரு காட்சியில், சிநேகா டிராஃபிக்கில் மாட்டிக் கொள்வார். அப்போது அப்பாஸ் அவரை பைக்கில் கொண்டுபோய் விடுவார். பைக்கிலிருந்து இறங்கியவுடன் சிநேகா ஒன்றும் சொல்லாமல் நடந்து செல்ல... அப்பாஸ், ''இவ்ளோ தூரம் கொண்டு வந்து விட்ருக்கேன். ஒரு சின்ன தேங்க்ஸ் கூட சொல்லமாட்டீங்களா? என்பார். அதற்கு சிநேகா, ''சரி... ஒரு சின்ன தேங்க்ஸ்...'' என்று வெட்கத்துடன் அழகாகப் புன்னகைக்க... ரசிகர்கள் சிநேகாவைப் படைத்த கடவுளுக்கு 'ஒரு பெரிய தேங்க்ஸ்' சொன்னார்கள். இப்படத்தில் 'பல்லாங்குழியில் வட்டம் பார்த்தேன்... ஒற்றை நாணயம்'' பாடலில் சிநேகா காட்டிய விதம் விதமான முகபாவங்களைப் பார்த்த பிறகு, இன்று வரையிலும் ஒற்றை ரூபாய் நாணயத்தைப் பார்க்கும்போது சிநேகாதான் நினைவுக்கு வருகிறார். அப்பாடலில் ஒரு ரூபாய் நாணயத்தை ஆட்காட்டி விரலில் ஏந்திக்கொண்டு காசை கவனமாகப் பார்த்தபடி ஓடும் சிநேகா... நாணயத்தைப் பார்த்து ஸ்டைலாக கண்ணடிக்கும் சிநேகா... கிணற்றுக்குள் குழந்தைகளிடம் 'சத்தம் போடாதீங்க...' என்பது போல் அதட்டும் சிநேகா... என்று ஒரே பாட்டிற்குள் ஏகப்பட்ட சிநேகாக்கள்.

படம் முடிந்தவுடன் மனதில் ஒரு குறை. சிநேகாவுக்கு இந்தப் படத்தில் சின்ன வேடம்தான். ஏறத்தாழ முக்கால் மணி நேரம்தான் தோன்றியிருப்பார். எனவே பாதி சாப்பாட்டிலேயே எழுந்து வந்தது போல் மனம் தவித்துக்கொண்டிருந்தது. என் மனதின் தவிப்பையும், அதிருப்தியையும் தெரிந்துகொண்ட திரையுலகத்தினர் பஞ்சாயத்து செய்து 2001-ல் 'விரும்புகிறேன்' படத்தை வெளியிட்டனர்.

இந்தப் படத்தில் சிநேகா 'ஆனந்தம்' படத்தை விட அதிகமாக என்னைக் கவர்ந்தார். காரணம்: 'ஆனந்தம்' படத்தைப் போல் தூக்கலான மேக்கப்பின்றி, இப்படத்தில் சிநேகா மிகவும் குறைவான மேக்கப்புடன் இயல்பான அழகுடன் இருந்தார். சிநேகாவின் அறிமுகக் காட்சியே அட்டகாசமாக ஆரம்பிக்கும். ஒரு கரம் விறகு அடுப்பில் தண்ணீர் ஊற்றி அடுப்பை அணைக்கும். அப்போது அடுப்பிலிருந்து எழும் புகைக்கு நடுவே(தேவதைகள் புகைக்கு நடுவே தோன்றுவதுதானே நியாயம்) அழகாக சிரித்தபடி முந்தானையால் வியர்வையைத் துடைத்தபடி சிநேகா நிமிர்ந்தபோது... தமிழர்கள் அத்தனை பேரும் நிமிர்ந்து

அமர்ந்தார்கள். அதன் பிறகு படம் முழுவதும் சிநேகாவின் சாம்ராஜ்யம் தான். A beauty packed performance. குறிப்பாக பிரசாந்துடன் காதல் ஏற்படும்போது சிநேகா தனது அழகின் உச்சத்தைத் தொட்டார். . பிரசாந்த் இளவட்டக்கல் தூக்கும்போது, ஒரு பாட்டியின் பின்னாலிருந்து ஒரு நிலவு எட்டிப் பார்ப்பது போல் எட்டிப் பார்க்கும் சிநேகா, முதலில் உதட்டை ஒரு மாதிரி செய்தபடி காட்டும் பதட்டமும், பிறகு பிரசாந்த் கல்லைத் தூக்கியவுடன் காட்டும் சந்தோஷமும்... பிறகு பாட்டியின் முதுகுக்குப் பின்னால் மறையும்போது கண்களில் தெரியும் காதலும் சேர்ந்து, முற்றிலும் தமிழ்ப்பெண் ஜாடையில் இருந்த ஒரு கனவுக்கன்னியைத் தமிழனுக்குக் கொடுத்தது.

அடுத்து சிநேகாவின் புன்னகையைப் பற்றிச் சொல்லாமல் விட்டால், அடுத்த வேளைக்கு நல்ல சாப்பாடு கிடைக்காது என்பதால் அதையும் சொல்லிவிடலாம். பெண்களின் சிரிப்பில் பல வகை உள்ளது. பிடிக்காத நபர்களைப் பார்க்கும்போது கடனேயென்று சிரிக்கும் சிரிப்பு... நமது இருப்பை அங்கீகரிப்பது போல் உதட்டின் ஓரத்திற்கு ஓரத்தில் லைட்டாக சிரிக்கும் சிரிப்பு... ‘நீயெல்லாம்... .. ஒரு மனுஷன்...’ என்பது போல் சிரிக்கும் கேவலச் சிரிப்பு... ‘‘நீதான்டா மனுஷன்...’’ என்பது போல் சிரிக்கும் மலர்ச்சியான சிரிப்பு... என்று பல வகை சிரிப்புகள் உள்ளன. ஆனால் சிநேகாவின் சிரிப்பு... வானிலுள்ள அனைத்து நட்சத்திரங்களும் ஒரே இடத்தில் ஒளிர்வதுபோல் ஒரு பிரகாசமான, சிரிப்பு...

'ஏப்ரல் மாதத்தில்', 'பார்த்திபன் கனவு', 'வசூல்ராஜா எம்பிபிஎஸ்' 'வசீகரா' 'ஏய்... நீ ரொம்ப அழகா இருக்கே..', 'ஆட்டோகிராஃப்'' என்று சிநேகா தனது அழகால் அழகுப்படுத்திய படங்கள் பல. பத்தாண்டுகளுக்குப் பிறகு சிநேகாவின் அலை மெல்ல ஓய ஆரம்பித்தது.

ஏப்ரல் 2008. சென்னை, திருவான்மியூர் தியாகராஜா தியேட்டர். நடிகை ஜோதிகாவிற்கு திருமணமாகி, சரியான அடுத்த கனவுக்கன்னி கிடைக்காமல், தமிழ் இளம் ரசிகர்கள் விரக்தியுடன் இருந்த காலம் அது. திரையில் ''யாரடி நீ மோகினி'' படம் ஆரம்பித்தது. ஏறத்தாழ பத்து நிமிடம் வரையில் தனுஷ், அப்பா ரகுவரனுடன் சண்டைப் போட்டுக்கொண்டு படம் மெதுவாக நகர... . இளைஞர்கள் சலசலப்பாகப் பேசிக்கொண்டிருந்தார்கள். நானும் திரையைப் பார்க்காமல், அருகிலிருந்த நண்பனுடன் ஏதோ பேசிக்கொண்டிருந்தேன். அப்போது திடீரென்று சலசலப்பு ஓய்ந்து, அமைதி நிலவுவதை உணர்ந்து உஷாராகி திரையைப் பார்த்தேன். இளைஞர்கள் ஏன் மௌனமானார்கள் என்று புரிந்தது.

திரையில் ஒரு கார்க் கண்ணாடியின் அரைக்கதவுக்குள்ளிருந்து, ஒரு அரை நிலவு எட்டிப் பார்த்தது. பிறகு முழுக்கண்ணாடியும் இறக்கப்பட்டு, முழு நிலவு போல் நயன்தாரா திரையில் உதித்தபோது, திருவான்மியூர் தியாகராஜா தியேட்டரிலிருந்து எங்களை யாரோ தூக்கி மேகவெளியில் மிதக்க விட்டது போல் இருந்தது. திரையில் 'எங்கேயோ பார்த்த மயக்கம்...'' பாடல் ஒலிக்க ஆரம்பித்தது. காரிலிருந்து வெளியே தலையை நீட்டி மழையில் நனைந்த நயன்தாரா, அழகின் மகத்தான மாயாஜாலத்தை நிகழ்த்த ஆரம்பித்தார். பின்னர் வெள்ளை உடையில் காரிலிருந்து இறங்கிச் சென்ற நயன்தாராவின் பின்னாலேயே தனுஷ் செல்ல... தனுஷிற்கு பின்னால் தமிழ்நாட்டின் அனைத்து ஆண்களும் சென்றார்கள்.

மழைநீரில் கால் படாமல் ஒரு அழகிய முகபாவத்துடன் தாவிக் குதித்துச் சென்ற நயன்தாரா, திரையில் அழகின் புதிய கவிதைகளை எழுதினார். வழிவிடாமல் நிற்கும் தனுஷைப் பார்த்து சலித்துக்கொண்டே கடக்கும்போது, அழகின் புதிய ஓவியங்களை வரைந்தார். 'வளையல் நன்றாக இருக்கிறதா?' என்று ஜாடையில் தோழியிடம் கேட்கும்போது, அழகின் புதிய சிற்பங்களை செதுக்கினார். துப்பாக்கியால் பலூனைச் சுடும்போது

தனுஷ் மீது மோதிவிட்டு, வேகமாகத் தோழியை இழுத்துக் கொண்டு செல்லும்போது நயன்தாரா முகத்தில் காண்பிக்கும் பாவம்... அழகின் அதி உச்சம். பாடல் முடிந்தபோது, தமிழ்நாட்டின் புதிய கனவுக்கன்னி பிறந்துவிட்டதை என்னால் உணரமுடிந்தது.

அப்பாடல் வெறும் ட்ரெய்லர்தான். படத்தில் நயன்தாரா தனுஷுடன் தண்ணி அடித்துவிட்டு செய்யும் அலம்பல்... தன் தங்கை தனுஷை காதலிப்பதை அறிந்தவுடன் காட்டும் பதட்டம்... தனுஷிடம் காதல் ஏற்படுவதற்கு முன்பு ஏற்படும் மனக்குழப்பம்... காதலைச் சொல்லமுடியாமல் தவிக்கும் தவிப்பு... என்று படம் முழுவதும் பின்னியெடுத்த நயன்தாரா, தமிழ் ரசிகர்களின் மனதில் நிரந்தரமாகக் குடியேறினார்.

'யாரடி நீ மோகினி' படத்திற்கு முன்பு நயன்தாரா சில தமிழ்ப் படங்களில் நடித்திருந்தாலும், நயன்தாராவை ரசிகர்கள் பெரிதாகக் கொண்டாடவில்லை. இதற்கான காரணம் எளிதானது. ஒரு நடிகை அழகாக இருந்தாலும், வெறும் அழகால் கண்களில் வந்து உட்காரலாமேத் தவிர மனதிற்குள் வந்து உட்கார முடியாது. அதற்குப் படம் முழுவதும் வரும் ஒரு அழுத்தமான மையக் கதாபாத்திரத்தில் அவர் அற்புதமாக நடித்திருக்கவேண்டும். நீங்கள் நமது கனவுக் கன்னிகளைக் கவனித்தால், தேவி '16 வயதினிலே படம் மூலமாகவும், குஷ்பு 'சின்னத்தம்பி' மூலமாகவுமே ஒரு தனித்த அடையாளத்தைப் பெற முடிந்தது. அது போல் நயன்தாரா

நன்கு ஃபார்மில் இருந்தும், அடித்து ஆடுவதற்கு சரியான பிட்ச் கிடைக்காமல் அவதிப்பட்டுக்கொண்டிருந்தார். தகுந்த பிட்ச் கிடைத்தபோது, நயன்தாரா நாலாபுறமும் சிக்ஸர்களாக பறக்கவிட்ட களம்: யாரடி நீ மோகினி...

நயன்தாரா தமிழில் நடிக்க வந்து பல ஆண்டுகள் ஆகிறது. இன்னும் தமிழ் ரசிகர்களின் மனதில் அந்த அழகின் தீபம் எரிந்துகொண்டேயிருக்கிறது (நயன்தாராவுக்கு மட்டும் ஆண்டொன்று போனால் வயதொன்று குறையுமா?).

நான் "நீதானே பொன் வசந்தம்" படத்தைப் பார்க்காமலிருந்திருந்தால் இக்கட்டுரை நயன்தாராவுடன் முடிந்திருக்கும். ஆனால் கட்டுரையின் போக்கை இயக்குனர் கௌதம் மேனன் தீர்மானிக்கும்போது நான் என்ன செய்துவிடமுடியும்?

"நீதானே பொன் வசந்தம்" படத்தில் நடிகை சமந்தா இளமைக்காலத்தின் மூன்றுவிதத் தோற்றங்களில் வருகிறார். பள்ளி தேவதை... கல்லூரி தேவதை... பணிக்குச் செல்லும் தேவதை... என்று தேவதைகளின் மூன்று பருவங்களில் வருகிறார். அந்த மூன்றுவிதத் தோற்றத்திலும் அவர் அழகாக இருக்கிறார் என்பதுதான் சமந்தாவின் பலம்.

பள்ளிப் பருவத்தில் தோன்றும் சமந்தா, இளமையின் மகத்தான துள்ளலுடன் கூடிய அழகை வெளிப்படுத்துகிறார். ஜீவா, சமந்தாவை காஃபி சாப்பிட அழைக்கும்போது, உற்சாகத்துடன் சமந்தா தனது தோழிகளை நோக்கி ஓடி வந்து "காஃபி... அவன் வாங்குறான்..." என்றபோது சற்று முன் சிறகுகள் முளைத்த ஒரு தேவதையை திரையில் தரிசித்தேன். ஜீவாவுடன் காபி குடித்துக்கொண்டே சமந்தா, விடுமுறைக் காலத்தில் ஆஸ்திரேலியா, மெல்பர்னுக்கு செல்லவிருப்பதாக சொல்வார். அப்போது, ஜீவா "எனக்கு மெல்பர்ன்ல ஒரு பொண்ணத் தெரியும்" என்று கூறியவுடன் முகம் மாறிய சமந்தாவிடம், அந்தப் பெண் சமந்தாதான் என்பதை உணர்த்தும் விதமான குறிப்புகளை ஜீவா சொல்லச் சொல்ல... சமந்தாவின் முகம் மெல்ல மெல்ல மெல்ல மலர்ந்துகொண்டே வந்து, கடைசியில் ஜீவாதன்னைத்தான் சொல்கிறார் என்பதைப் புரிந்துகொண்டு, முற்றிலும் மலர்ச்சியுடன் "எனக்கு அவளத் தெரியும்ன்னு நினைக்கிறேன்" என்று சிரித்தபோது ஒரு பூ சிறிது சிறிதாக மலர்வதை நேரில் கண்டது போல் இருந்தது. "அவள சீக்கிரம் வரச்சொல்றியா?" என்று ஜீவா

கேட்டவுடன், சமந்தா ஒரு மாதிரியாக வெட்கத்துடன் பல்லைக் கடிக்கும் அழகிற்கு பாதி சென்னையை எழுதித் தரலாம். பிறகு மெலிதாகச் சிரித்தபடி, ''ம்... சொல்றேன்...'' என்று கூறும் அழகிற்கு மீதி சென்னையை எழுதித் தரலாம்.

நான் நண்பர்களிடம் அடிக்கடி சொல்வதுண்டு. பெண்கள் கோபப்படும்போதும், அழும்போதும் தங்களைக் கண்ணாடியில் பார்த்துக்கொண்டால் கோபப்படுவதையும், அழுவதையும் நிறுத்திக்கொள்வார்கள் என்று. ஆனால் சமந்தா அழகின் விதிகளை மாற்றி எழுதிக்காட்டினார். தேவதைகள் கோபப்படும்போதும், அழும்போதும் கூட அழகாகத்தான் இருப்பார்கள் என்று எனக்கு உணர்த்தியவர் சமந்தாதான்.

சமந்தா பள்ளியில் இன்னொரு நண்பனுடன் பழகுவதைப் பொறுத்துக்கொள்ளமுடியாத ஜீவா சமந்தாவிடம் கோபமாகப் பேசுவார். அப்போது சமந்தா முதலில் தனது கோபத்தை அடக்கிக்கொண்டு ''நீ சொல்றத எல்லாம் நான் செய்வன்னு அவன் முன்னாடி காமிச்சுக்கப் பாக்கிறியா?'' என்று கூறும்போது குரலில் தெரியும் குமுறலும், 'நம்மளது முடிஞ்சுப் போச்சு...'' என்று கூறிவிட்டுக் கோபமாகச் செல்லும் சமந்தா, ''போகாதன்னு சொல்லு வருண்... '' என்று மனதில் கூறிக்கொண்டே முகத்தில் காண்பிக்கும் தவிப்பும் தமிழ் சினிமாவின் அழகான கணங்களுள் ஒன்று

அன்று பிரியும் ஜீவாவும், சமந்தாவும் சில ஆண்டுகளுக்குப் பிறகு இன்டர் காலேஜ் கலைவிழாவில் சந்திக்கிறார்கள். அப்போது பேச்சுப்போட்டியில் பேசிவிட்டு வந்து, சமந்தா ஜீவாவிடம் கண்களாலேயே "எப்படி பேசினேன்?'' என்று விழிகளை உயர்த்தி கேட்டபோது, அத்தனை ரசிகர்களின் விழிகளும் உயர்ந்தன. அதே போல் காரில் ஜீவாவிடம் சமந்தா தனது காதலைச் சொல்லும்போது ஒரு மயில் சட்டென்று திரும்புவது போல் திரும்பி, ''ஐ லவ் யூ வருண்... ஐ ரியலி ரியலி லவ் யூ...'' என்று கண்கள் முழுக்கக் காதல் ததும்பி வழிய சமந்தா கூறும் காட்சியை, திரைப்படக் கல்லூரி மாணவர்களின் ஆக்டிங் கோர்ஸ் சிலபஸில் சேர்க்கலாம். இடைவேளைக்கு முந்தைய மொட்டை மாடிக் காட்சியில் ஜீவா கோழிக்கோடிற்கு மேல்படிப்பு படிக்கப்போவதாக சொன்ன பிறகு இருவரும் சண்டையிட்டுக்கொள்வார்கள். அப்போது சமந்தா கொதிப்பும், கொந்தளிப்புமாகப் பேசி பேசி... அழுது அழுது... பிரியும்போது என் மனதிற்குள், ''இம்மாதிரி ஒரு காதலி இருந்தால்

எவனும் கோழிக்கோடு என்ன... கோயம்பேட்டிற்கு கூடச் சென்று படிக்கமாட்டான்'' என்று தோன்றியது.

மூன்று வருடங்களுக்குப் பிறகு சமந்தாவை மீண்டும் சந்திக்கும் ஜீவா, அவளுடன் சமாதானம் பேசும்போது படிப்பு, வேலை, குடும்பம் என்று இருந்துவிட்டதாகக் கூறுகிறார். அதற்கு சமந்தா, ''நீ அந்த குட்டி குட்டி பாக்ஸ எல்லாம் டிக் அடிச்சுட்டியா? இப்ப நித்யாங்கிற பாக்ஸ டிக் பண்ண வந்துருக்கியா?'' என்று கேட்பது மனக்குமுறலின் அழகு என்றால், ' ஒரு காலத்துல நீதான் என் பொன்வசந்தம்ன்னு நினைச்சிருக்கேன். ஒத்துக்கிறேன்... என்று கூறுவது இழப்பின் வலியின் அழகு. பின்னர் வருண் சமந்தாவிடம் தனக்குத் திருமணம் என்று கூறும்போது அதிர்ச்சியாகி 'ம்க்கும்...' என்று தொண்டையைக் கனைத்து சமந்தா சோகத்தை விழுங்கும் அழகிற்காகவே, இன்னும் கொஞ்சம் சமந்தாவை சோகப்படுத்தலாம் என்று தோன்றியது. இப்படத்தின் மூலமாக சமந்தாவும் தமிழ் ரசிகர்களின் கனவுக்கன்னிகள் பட்டியலில் இடம்பிடித்தார்.

இக்கட்டுரையை எழுதும்போது, இன்னொரு கனவுக்கன்னிகள் கட்டுரை எழுதவேண்டியிருக்காது என்றுதான் தோன்றுகிறது. ஆனால் அலையலையாக புதிய நடிகைககள் வந்துகொண்டே இருக்கிறார்கள். ம்ஹ்ம்... கனவுக் கன்னிகளுக்கு முடிவே கிடையாது.

5
இசைஞானியுடன்...

என்னிடம் இளையராஜா, 'எனக்கு புத்தகம் படிக்கல்லாம் நேரமிருக்காது. என்னைப் பத்தி ஏதாவது வந்தா, யாராச்சும் வந்து காமிப்பாங்க. உங்க கதையை படிச்சேன். எந்த ஊரு நீங்க?' என்றார். நான் 'திருச்சி' என்றவுடன், "திருச்சிக்காரரா நீங்க? வட இந்திய பேரா இருக்கேன்னு நினைச்சுட்டிருந்தேன்" என்றார்.

வாழ்க்கை மகா அற்புதமான ஒன்று. அது ஒருபோதும் எதிர்பாராத ஏதோ ஒன்றை உங்களுக்காகப் பொத்தி வைத்து எப்போதும் காத்திருக்கிறது.

-மலையாளக் கவிஞர் பாலச்சந்திரன் சுள்ளிக்காடு.

2013 மே மாதம், அப்படித்தான் எனக்காக காத்திருந்தது. இசைஞானி இளையராஜா... 1980-களிலிருந்து என்னை ஆக்கிரமித்துக் கொண்டிருக்கும் மகா இசை மேதை. எனது தனிப்பட்ட வாழ்க்கையின் தவிர்க்கமுடியாத பகுதியாகத் திகழும் இளைய ராஜாவின் இசை, எனது எழுத்து வாழ்க்கையிலும் ஒரு மறக்கமுடியாத பகுதியாகும் என்று நான் கனவிலும் நினைத்ததில்லை.

அரியலூர் காலேஜ் ஹாஸ்டல் அருகில் ஊமத்தம்பூ மொட்டுக்களை வெடித்துக் கொண்டே ஹாஸ்டல் ரேடியோவிலிருந்து கேட்ட 'கண்ணன் ஒரு கைக்குழந்தை...' பாடலுக்கு இசையமைத்த இளையராஜாவை நான் நேரில் சந்தித்துப் பேசுவேன் என்று கனவிலும் நினைத்ததில்லை. செல்வியக்கா வீட்டு வாசலில், மழையில் கொஞ்சம் கொஞ்சமாக அழிந்துகொண்டிருந்த வண்ணக்கோலத்தைப் பார்த்தபடி கேட்ட, ''ஆயிரம் தாமரை மொட்டுக்களே...'' பாடலுக்கு இசையமைத்த

5

இளையராஜாவை சந்திப்பேன் என்று நினைத்ததில்லை. ஒரு மார்கழி மாத விடியற்காலையில் குளிரில் நடுங்கிக்கொண்டே பால் வாங்கச் சென்றபோது ஏதோ கல்யாண வீட்டிலிருந்து கேட்ட, ''அந்த நிலாவத்தான் நான் கையில புடிச்சேன்...'' பாடலைக் கேட்டபோது நினைத்ததில்லை.... பின்னாளில் இளையராஜாவை சந்திப்பேன் என்று. எனது பால்யகாலத்தின் கண்ணுக்குத் தெரியாத நண்பனாக இருந்த இளையராஜாவின் இசை, என்னை எங்கெங்கோ கொண்டு சென்று, கடைசியில் இளையராஜாவிடமே கொண்டு சேர்ப்பித்தது.

1980களின் முற்பகுதி. எனது தந்தையை நெல்லிக்குப்பத்திற்கு மாற்றல் செய்திருந்தார்கள். அருகில் அண்ணாகிராமம் என்ற கிராமத்தில், என் தந்தை வீடெடுத்துத் தங்கியிருந்தார். நாங்கள் குடும்பத்துடன் அரையாண்டு விடுமுறைக்குச் சென்று அங்கு தங்கியிருந்தோம். ஒருநாள் பண்ருட்டி சென்றுவிட்டு அண்ணாகிராமம் திரும்பியபோது இரவு 11 மணிக்கு மேல் ஆகியிருந்தது. பஸ்சிலிருந்து இறங்கியவுடன் அண்ணாகிராமம் செல்லும் பாதையைப் பார்த்த நான் அதிர்ந்துபோனேன். அங்கிருந்து ஏறத்தாழ இரண்டு, மூன்று கிலோமீட்டர் நடந்து செல்லவேண்டும். ஒரு தெருவிளக்கு கூட எரியாமல் அமாவாசை கும்மிருட்டு. அருகிலிருந்து வயல்வெளிகளிலிருந்து கேட்ட சலசலப்புச் சத்தம், எனது பீதியை மேலும் அதிகரித்தது. நான்

நடுக்கத்துடன் தம்பியைப் பார்க்க... அவன் என்னை விடத் திகிலுடன் இருந்தான். தைரியத்திற்காக அப்பாவிடம் பேச்சுக் கொடுக்கலாம் என்று யோசித்தபோதே அப்பா அம்மாவிடம், ‘‘விறுவிறுன்னு நடடி. ஒரு ஆளையும் காணோம். பக் பக்குன்னு இருக்கு’’ என்றபடி நடக்க... நான் வேறு எப்படி தைரியத்தை வரவழைத்துக்கொள்வது என்று தெரியாமல் வேகமாக நடக்க ஆரம்பித்தேன்.

அப்போது அருகிலிருந்த வயல்வரப்பில் ஒருவர் நடந்து வருவதைப் பார்த்தவுடன், இன்னும் எனக்கு பகீரென்றது. எனது சிறுவயது சினிமாக்கள் கிளப்பியிருந்த எண்ணற்ற கற்பனைகளுடன் பயந்தபடி நடக்க ஆரம்பித்தேன். நாங்கள் அந்த வயலை நெருங்கியவுடன், அவன் கட்டாயம் எங்களைக் கத்தியால் குத்தி நகைகளை பறிக்கப்போகிறான் என்று உறுதியாக நம்பினேன். எனது பயம் தனது உச்சகட்டத்தைத் தொட்ட வினாடியில் அவன், ‘‘தண்ணி கருத்துடுச்சு...’’ என்று சத்தமாக பாட ஆரம்பிக்க... சட்டென்று என் மனதின் பயம் வடிய ஆரம்பித்தது. இவ்வளவு அருமையான பாடலைப் பாடுபவன் எப்படி கெட்டவனாக இருக்கமுடியும். அவன் தொடர்ந்து அந்தப் பாட்டை முழுவதுமாக பாடினான். அவனை நெருங்கி நாங்கள் கடந்து செல்ல... அவன் தொடர்ந்து பாடிக்கொண்டேயிருந்தான். நெடுந்தூரத்திற்கு ‘தண்ணி கருத்துடுச்சு... ’ என்ற இளையராஜாவின் அந்தப் பாடல் என் வழித்துணையாக வந்தது. பிறகு அந்த வழித்துணை என்னை விட்டுப் பிரியவே இல்லை.

இந்த நாற்பத்து சொச்சம் வயது வரையிலும் எனது வாழ்க்கையின் மகத்தான சந்தோஷ கணங்களிலும், அன்பின் மிகுதியில் நெகிழ்ந்தபோதும், துரோகத்தின் நிழல்கள் என் மீது படிந்தபோதும் அன்றும், இன்றும்... எப்போதும் இளையராஜாவின் இசையே எனது வாழ்க்கையின் வழித்துணையாக இருக்கிறது. இளையராஜாவின் பாடல்களை கேட்காத நாட்களை விரல் விட்டு எண்ணிவிடலாம். ஒரு எழுத்தாளனாக இல்லாமல், ஒரு ரசிகனாக நான் நெடுநாட்களாக எழுத நினைத்துக்கொண்டிருந்த ‘இளையராஜா’ என்ற சிறுகதையை எழுதி ஆனந்த விகடன் வார இதழுக்கு அனுப்பினேன்.

2013 ஆம் ஆண்டு மே மாதம். கோடை விடுமுறைக்காக எனது மனைவியும், மகனும் ஊருக்குச் சென்றிருந்ததால் வீட்டில்

யாருமற்ற ஒரு சோம்பலான வியாழக்கிழமை. அன்று ஆனந்த விகடன் வார இதழில் எனது 'இளையராஜா' சிறுகதை பிரசுரமாகியிருந்தது.

'இளையராஜா' கதையின் சுருக்கம் இதுதான்: இளையராஜாவின் தீவிர ரசிகர்களான வினோத்தும், ஜெஸ்ஸியும் காதலிக்கின்றனர். மத வேறுபாடு காரணமாக அவர்கள் பிரிந்துவிடுகின்றனர். வினோத், நந்தினி என்ற கிராமத்து பெண்ணைத் திருமணம் செய்துகொண்டு, ஒரு குழந்தையுடன் சந்தோஷமாக புதுடெல்லியில் வாழ்ந்து வருகிறான். இச்சமயத்தில் ஜெஸ்ஸி கடைசியாக வினோத்துக்கு எழுதிய கடிதம் நந்தினியின் கையில் கிடைக்கிறது. அதில் ஜெஸ்ஸி, "நாம் பிரிந்தாலும் நம்மை இணைத்த இளையராஜாவின் பாடல்கள் நம் காதல் நினைவுகளை மீட்டெடுத்துக்கொண்டே இருக்கும். என் நினைவில்லாமல் உன்னால் ஒரே ஒரு இளையராஜா பாடலைக் கூட கேட்கமுடியாது என்று எனக்குத் தெரியும் வினோ. நம் வாழ்நாள் முழுவதும் தொடரப்போகும் இளையராஜாவின் உன்னதமான சங்கீதத்தில் நம் காதல் ரகசியமாக வாழும்" என்று எழுதியிருக்கிறாள். கடிதத்தைப் படித்து அதிர்ச்சியடையும் நந்தினி தன் கணவன் வினோத், இளையராஜாவின் பாடல்களைக் கேட்கும்போதெல்லாம் ஜெஸ்ஸியைத்தான் நினைத்துக் கொள்வான் என்று கருதுகிறாள். எனவே தினமும் இளையராஜா பாடலைக் கேட்கும் வினோத்திடம், இனிமேல் இளையராஜாவின் பாடல்களை கேட்கக் கூடாது என்று பிரச்னை செய்கிறாள். வினோத் நந்தினியின் பேச்சை மீறி இளையராஜாவின் பாடலைக் கேட்க... பிரச்னை பெரிதாகி, நந்தினி கணவனிடம் சொல்லிக்கொள்ளாமல் குழந்தையுடன் வீட்டிலிருந்து எங்கோ சென்றுவிடுகிறாள். பிறகு அவளைத் தேடிக் கண்டுபிடிக்கும் வினோத்துடன், மீண்டும் இளையராஜாவின் இசையே நந்தினியை மனதளவில் ஒன்று சேர்க்கிறது.

கதையின் இடையிடையே இளையராஜாவின் காலத்தை வென்ற பல அற்புதமான பாடல்கள் குறிப்பிடப்பட்டிருக்கும். இக்கதை தொடர்பான முதல் தொலைபேசி கவிஞர் நா.முத்துக்குமாரிடமிருந்து வந்தது. 'என்னை ஃப்ளாஷ்பேக்குக்கு அழைச்சுட்டுப் போயிட்டீங்க' என்றார். பிறகு அடுத்தடுத்து ஏற்கனவே என்னுடன் தொடர்பிலிருக்கும் என் வாசக நண்பர்களிடமிருந்தும், பல புதிய நபர்களிடமிருந்தும் தொடர்ந்து

தொலைபேசி வந்துகொண்டேயிருந்தது. அந்த வாரம் முழுவதும் நா.முத்துக்குமார்கூறிய 'என்னைஃப்ளாஷ்பேக்குக்கு கொண்டுட்டு போயிட்டீங்க'' என்ற வார்த்தைகளை மீண்டும் மீண்டும் கேட்டுக்கொண்டேயிருந்தேன். இளையராஜா ரசிகர்களின் நினைவுக்கொண்டாட்டமாக அந்தக் கதை அமைந்துவிட்டது.

அந்தக் கதையில் நான் குறிப்பிட்டிருந்த இளையராஜாவின் பாடல்கள், அவர்கள் மனதின் அடித்தட்டில் தேங்கியிருந்த சில ரகசிய நினைவுகளைக் கிளறிவிட்டதை என்னால் புரிந்துகொள்ள முடிந்தது. அனைவருக்கும் இளையராஜாவின் பாடல் சார்ந்து சொல்ல அவர்களின் வாழ்க்கையில் ஏதோ ஒன்று இருந்தது. அன்று மாலை நான்கு மணிக்கு மேல் நா.முத்துக்குமாரிடமிருந்து மீண்டும் ஃபோன்.

''சார்... ஒரு நியூஸ். கவிஞர் மேத்தா இன்னைக்கி காலைல ராஜா சார்கிட்ட அந்தக் கதைய எடுத்துட்டுப் போயி காமிச்சிருக்காரு. ராஜா சார்க்கு கதை ரொம்பப் பிடிச்சிருச்சு. அதனால இளையராஜாவோட அஃபிஷியல் வெப்சைட்டுல போடுறதுக்காக, உங்க கதையை மையமா வச்சு இளையராஜாவோட பாடல்கள் எப்படி மக்களோட தனிப்பட்ட வாழ்க்கையைப் பாதிச்சதுங்கிறதப் பத்தி நான், கவிஞர் மேத்தா, கவிஞர் இளையகம்பன் ஆகியோர் கலந்துரையாடி வீடியோல ரெக்கார்ட் பண்ணியிருக்கோம்'' என்றார். நடப்பது எதையும் என்னால் நம்பவே முடியவில்லை.

இதற்கிடையே ரேடியோ மிர்ச்சி எஃப். எம்மில் பல ஆண்டுகளாக 'நீங்க... நான்... ராஜா சார்...'' என்ற நிகழ்ச்சியை தொகுத்து வழங்கிய மிர்ச்சி செந்தில்(விஜய் டிவி சரவணன்-மீனாட்சி' தொடரின் 'சரவணன்' என்றால் உங்களுக்கு மேலும் எளிதாக புரியும்) என்னைத் தொடர்புகொண்டார். ''சார்... வர்ற 2 ஆம் தேதி இளையராஜா பிறந்த நாள். அன்னைக்கி ''நீங்க... நான்... ராஜாசார்'' நிகழ்ச்சில உங்களோட 'இளையராஜா' கதையை பிரபல நடிகர்கள வச்சி ஒரு ரேடியோ சினிமாவா ஒலிபரப்பலாம்ன்னு இருக்கோம். அதுக்கு உங்க அனுமதி வேண்டும்...'' என்றவர், அன்று மதியம் இளையராஜாவை சந்திக்கச் சென்றபோது, என்னையும் உடன் அழைத்துச் சென்றார்.

அங்கு இளையராஜாவின் ஒலிப்பதிவுக் கூடத்திற்கு வெளியே இருந்த வாதாம் மரத்தடியில் நின்றுகொண்டு செந்தில் ஒரு

எஸ்எம்எஸ் அனுப்பினார். கீழே விழுந்து கிடந்த வாதாம் இலைகளைப் பார்த்தபோது வண்ணதாசன் நினைவிற்கு வந்தார். வ ண்ணதாசன் தனது கதைகளில் தொடர்ந்து வாதாம் இலைகளைக் குறித்துக் கூறிக்கொண்டேயிருப்பார். மனதிற்குள் வண்ணதாச னிடம்'' சார்... உங்களுக்குப் பிடித்த வாதாம் மரத்தடியில் நின்றுகொண்டு, உங்களுக்கு மிக மிகப் பிடித்த இளையராஜாவை பார்ப்பதற்காகக் காத்திருக்கிறேன்'' என்று பேசினேன். எங்களை வரச்சொல்லி தகவல் வந்தது. நாங்கள் உள்ளே சென்றோம்.

ஒலிப்பதிவுக் கூடத்தில் கால் வைத்தபோது, தரையிலிருந்து ஏதேனும் இசைச் சத்தம் வந்தால் நான் ஆச்சர்யப்பட்டிருக்கமாட்டேன். காலத்தால் அழியாத காவியப் பாடல்கள் பல உருவான இசைக்களம் அது. ஒலிப்பதிவுக் கூடத்தைக் கடந்து அந்த அறைக்குள் நுழைய... உள்ளே வெள்ளை உடையில், எனது இசை நாயகன் இளையராஜா. நான் சிறுவயதில் பட்டாம்பூச்சி பிடித்துத் திரிந்த நாட்களிலிருந்து வியந்து வியந்து பார்த்துக்கொண்டிருக்கும் இளையராஜா... தனது பாடல்கள் மூலமாக அத்தனைத் தமிழர்களுடனும் அந்தரங்கமாக உரையாடிக்கொண்டிருக்கும் இளையராஜா... ஒரு துளி இசையில் ஓராயிரம் நினைவுகளைக் கொண்டு வரும் இளையராஜா.

எங்களை வரவேற்ற இளையராஜாவிடம் செந்தில், ''சார்... இவர்தான் இளையராஜா எழுதின சுரேந்திரநாத்...'' என்று கூறியவுடன் நான் வணக்கம் சொன்னேன். என் கையைப் பிடித்து குலுக்கிய இளையராஜா, ''ரொம்ப சந்தோஷம். உட்காருங்க...'' என்றார். அவர் அருகிலிருந்து சோஃபாவில் அமர்ந்தேன். நடப்பதை நம்பமுடியாமல் அமர்ந்தவுடன், ''எனக்குப் புத்தகம் படிக்கல்லாம் நேரமிருக்காது. என்னைப் பத்தி ஏதாவது வந்தா, யாராச்சும் வந்து காமிப்பாங்க. உங்க கதையையும் படிச்சேன். எந்த ஊரு நீங்க?'' என்றார். நான் 'திருச்சி'' என்றவுடன், ''திருச்சிக்காரரா நீங்க... வட இந்திய பேரா இருக்கேன்னு நினைச்சுட்டிருந்தேன்...'' என்றார். நான், ''சார்... அந்தக் கதைல நான் இளையராஜாவின் பாடல்கள் தமிழர்களோட வாழ்க்கையின் ஒரு மகத்தான பகுதின்னு எழுதியிருந்தேன். இப்ப இந்தக் கதையும், என் வாழ்க்கைல ஒரு மகத்தான பகுதியாயிடுச்சு. கதை வந்ததிலருந்து நிறைய பேர் அழைத்துப் பேசினார்கள்'' என்றேன்.

''சந்தோஷம்... சந்தோஷம்...'' என்று தன் வாழ்நாள் முழுவதும் தமிழர்களுக்கு, தீராத சந்தோஷத்தை அளித்துக்

கொண்டிருக்கும் இளையராஜா கூறியபோது, எனக்கு மிகவும் சந்தோஷமாக இருந்தது. நான் மிர்ச்சி செந்திலுடன் செல்லாமல் தனியே சென்றிருந்தால், இந்தளவு உரையாடலோடு அந்த சந்திப்பு முடிந்திருக்கும். மிர்ச்சி செந்தில் தனது ரேடியோ நிகழ்ச்சிக்காகப் பேட்டியெடுக்கச் சென்றதால், அவர்கள் பேட்டி எடுத்து முடிக்கும் வரையிலும் அங்கேயே இருக்கும் வாய்ப்புக் கிடைத்தது. அவர்கள் பேட்டி எடுத்தனர். நான் இளையராஜா பேசுவதையே கேட்டுக்கொண்டிருந்தேன்.

இடையே இளையராஜா என்னைப் பார்த்து, ''நீங்களும் ஏதாச்சும் கேளுங்க'' என்றார். நானும் சில கேள்விகள் கேட்டேன். அதன் மூலமாக நிறையத் தகவல்களை, இளையராஜா மூலமே அறிந்துகொள்ள முடிந்தது. நான் சிறுவயதில் கேட்ட இளையராஜா பாடல்களை எல்லாம் சிலாகித்துக் கூற... இளையராஜா, ''நீங்க அப்படிச் சொல்றீங்க. ஆனா உங்க கதையோட கதாநாயகி, என் பாட்டெல்லாம் கேக்காதன்னு, என் டிவிடியெல்லாம் விட்டெறியறாளே...'' என்றார் சிரித்தபடி.

மீண்டும் நான் அவருடைய இசைமேதைமையை வியந்து பாராட்ட... அதற்கு இளையராஜா, ''இதுக்கு நீங்க இறைவனுக்குதான் நன்றி சொல்லணும். இந்த கால மியூசிக் டைரக்டர்ஸ் மாதிரி நான் சின்ன வயசுல முறைப்படில்லாம் இசை கத்துக்கல. அதுக்கெல்லாம் வாய்ப்பில்லாத ஒரு கிராமத்துல இருந்த என்னைத் தேர்ந்தெடுத்து, எனக்குள்ள இசையை செலுத்துனது கடவுள். அதனால் இதுக்கு நான் பெருமை கொண்டாட முடியாது. அந்த இறைவனுக்குதான் நன்றி சொல்லவேண்டும்'' என்றார். பிறகு 'சாரங்கதாரா' படப் பாடலை பள்ளியில் பாடியது குறித்தெல்லாம் கூறினார்.

பிறகு கிளம்பும்போது நான் என்னுடைய புத்தகங்களை அளித்தேன். ''எப்படி இந்தக் கதையை எழுதினீர்கள்? என்று கேட்டார். நான் பதட்டத்தில் ஏதோ உளறினேன். மீண்டும் ஒரு முறை ''சந்தோஷம்...'' என்று கூறி கைகுலுக்கி விடை கொடுத்தார்.

இந்தத் தருணத்தில் எனது கதையை பிரசுரித்து இந்தக் கட்டுரையில் கூறிய அனைத்தையும் சாத்தியமாக்கிய ஆனந்தவிகடன் வார இதழின் ஆசிரியர் குழுவினருக்கு என் சொல்லித் தீராத நன்றிகள்.

6

தூயர விழிகளின் தேவதை

விழிகளுக்கென்று பிரத்யேகமாக ஒரு தேவதை இருந்தால், அந்தத் தேவதை ஸ்ரீவித்யா போலத்தான் இருக்கும்.

6

I Keep a frozen drop of tear in my soul for Srividya, for ever.

-மலையாளக் கவிஞர் **பாலச்சந்திரன் சுள்ளிக்காடு**

அக்டோபர் 20, 2006. வெள்ளிக்கிழமை. திருவனந்தபுரம், கரமனா பிராமண சமாஜத்தின் தகன மேடையில், நடிகை ஸ்ரீவித்யாவின் உடலுக்கு அவருடைய சகோதரர் சங்கரராமன் எரியூட்டுவதற்கு முன்பு, கேரள அரசின் சார்பில் 21 குண்டுகள் முழங்க ஸ்ரீவித்யா கௌரவிக்கப்பட்டார். முன்னதாக அப்போதைய கேரள முதல்வர் அச்சுதானந்தன் அவர்களும், அப்போதைய கேரள எதிர்கட்சித் தலைவர் உம்மன் சாண்டி அவர்களும் ஸ்ரீவித்யாவுக்குத் தங்கள் இறுதி அஞ்சலியைச் செலுத்தினர். மலையாளிகள் ஒரு தமிழருக்குச் செய்த மிகவும் அபூர்வமான மரியாதை அது.

நடிகை ஸ்ரீவித்யா சிறுமியாக சென்னை, ராதாகிருஷ்ணன் சாலையிலிருந்து தண்ணீர்துறை மார்க்கெட்டுக்கு ரிக்ஷாவில் தனது தாத்தா அய்யா சாமி அய்யரிடம் சங்கீதம் கற்றுக்கொண்டே சென்றபோது நினைத்திருக்கமாட்டார்... தனது உடல் அரசு மரியாதையுடன் திருவனந்தபுரத்தில் அடக்கம் செய்யப்படும் என்று. தன் அம்மா கச்சேரிகளுக்குச் செல்லும்போது, பக்கத்து வீட்டிலிருந்த ‘திருவனந்தபுரம் சகோதரிகள்’ (நடிகைகள் பத்மினி, ராகினி, லலிதா) வீட்டில் விட்டுவிட்டுச் செல்லும்போது

ஸ்ரீவித்யா நினைத்திருக்கமாட்டார்... தனது இறுதிக்காலத்தைத் திருவனந்தபுரத்தில் கழிப்போம் என்று.

ஆனால் கலை மிகவும் தனித்துவமானது. அது யார் யாரையோ எங்கெங்கோ கொண்டு போய்ச் சேர்த்து விடுகிறது. இங்கிலாந்தில் பிறந்த சார்லி சாப்ளினை, ஸ்விட்சர்லாந்தில் இறக்க வைத்தது. லெபனானில் பிறந்த கவிஞர் கலீல் ஜிப்ரானை, நியூயார்க்கில் இறக்க வைத்தது. சென்னையில் பிறந்த ஸ்ரீவித்யாவை திருவனந்தபுரத்தில் இறக்க வைத்தது.

விழிகளுக்கென்று பிரத்யேகமாக ஒரு தேவதை இருந்தால், அந்தத் தேவதை ஸ்ரீவித்யா போலத்தான் இருக்கும். கவிஞர் சுகுமாரன் ஸ்ரீவித்யாவின் விழிகளை, 'சமுத்திர ரகசியங்கள் ததும்பும் அகன்ற விழிகள்'' என்று மகா அற்புதமாக வர்ணித்திருக்கிறார். அவ்வளவு அழகான விழிகளை ஸ்ரீவித்யாவிற்கு படைத்த கடவுள், ஏனோ தெரியவில்லை... சோகம்தான் அந்தக் கண்களை மேலும் அழகாக்கும் என்று நினைத்தார். "அழாவிட்டால், விழிகள் அழகாக இருக்காது'' என்று இத்தாலிய நடிகை சோஃபியா லாரென் சொன்னது, ஸ்ரீவித்யாவிற்கு முற்றிலும் பொருந்தியது. தனது

வாழ்நாள் முழுவதும் ஸ்ரீவித்யா தனது விழிகளில் சோகத்தை சுமந்தபடியே வாழ்ந்தார்

அந்த சோகத்துடனேதான் அந்த விழிகள் நம்மைப் பார்த்து சிரித்தது. கண்ணீர் விட்டது. வெட்கப்பட்டது, கோபப்பட்டது, ஆதங்கப்பட்டது. சிணுங்கியது. குமுறியது. கொந்தளித்தது. குதூகலித்தது. ஒரு கதாபாத்திரத்தின் அனைத்து மன உணர்வுகளையும், தன் ஒரு துளிப் பார்வையில் நமக்குக் கடத்திவிடும் அபூர்வ ஆற்றலுடனேயே கடைசி வரையிலும் அந்த விழிகள் இருந்தது.

புகழ்பெற்ற பாடகி எம்.எல். வசந்தகுமாரிக்கு மகளாக 1953ல் பிறந்த ஸ்ரீவித்யாவிற்கு முதலில் வைத்த பெயர் மீனாட்சி. பின்னர்தான் அது ஸ்ரீவித்யாவானது. 13 வயதில் நடிக்க ஆரம்பித்த ஸ்ரீவித்யா, தொடர்ந்து நாற்பதாண்டுகள், தான் இறப்பதற்கு இரண்டு மாதங்கள் முன்பு வரையிலும் நடித்துக்கொண்டேயிருந்தார். ஸ்ரீவித்யா ஒரு தமிழ்ப் பெண்ணாக இருந்தாலும் அவர் கதாநாயகியாக தமிழில் பெரிய தடங்களைப் பதிக்க இயலவில்லை. என் சிறுவயதில் ஸ்ரீவித்யா கதாநாயகியாக நடித்த 'ரௌடி ராக்கம்மா', 'ஆறு புஷ்பங்கள்' போன்ற படங்களைப் பார்த்தது, மிகவும் கலங்கலாகத்தான் நினைவில் உள்ளது. அபூர்வ ராகங்கள் படத்தில், தனது 22 வயதில், 20 வயதுப் பெண்ணுக்கு அம்மாவாக நடிக்கும் தில் அவருக்கு இருந்தது. ஆனால் ஒரு கதாநாயகியாகத் தமிழில் அவர் பெரிய அளவில் எடுபடாமல் போனதற்கு, இதுவே ஒரு காரணமாக இருக்குமோ என்று நான் பலமுறை யோசித்ததுண்டு.

ஸ்ரீவித்யாவின் கவிதை பேசும் கண்கள், தமிழில் கவிதைகள் பேசியிருக்கவேண்டும். ஆனால் அது மலையாளத்தில்தான் கவிதை பேசியது (ஸ்ரீவித்யா தமிழில் 93 படங்கள் மட்டுமே நடித்திருக்கிறார். மலையாளத்தில் 226 படங்களில் நடித்திருக் கிறார்). அவரின் கண்களில் தொடங்கி, உதட்டில் பயணித்து, நமது இதயத்தில் இறங்கும் அந்த வெகு அழகிய புன்னகையை மிகவும் குறைவாகவே தமிழில் பார்க்கமுடிந்தது. குறைந்த காலத்திலேயே தமிழ் சினிமா அவரை நைஸாக அக்கா, அண்ணி கேரக்டர்களில் நடிக்க வைத்து... தடாலடியாக அம்மாவாக்கி, முப்பது ப்ளஸ் வயதுகளிலேயே ஒரு நிரந்தர அம்மா நடிகையாக்கிவிட்டது. ஆனால் ஏறத்தாழ இதே

காலகட்டத்தில் அவர் மலையாளத்தில் அந்த வயதுக்குரிய நடுத்தர வயது மனைவி மற்றும் சிறு குழந்தைகளின் தாய் வேடங்களில் பல படங்களில் நடித்தார்.

என் பார்வையில், ஸ்ரீவித்யா மிகவும் அழகாகத் தோற்றமளித்தது இந்த முப்பது ப்ளஸ் வயதுகளில்தான். இந்த முப்பது ப்ளஸ் வயது பெண்களுக்கு ஒரு தனி அழகைக் கொண்டு வந்து சேர்த்துவிடும். இளமையின் ஆர்ப்பாட்டங்கள், ஏக்கங்கள், கனவுகள், கொண்டாட்டங்கள்... பரபரப்புகள்... எல்லாம் ஓய்ந்து, தனது உண்மையான நிலையை உணர்ந்த பிறகு வரும் அமைதியின் அழகு அது. இத்துடன் ஸ்ரீவித்யாவின் தனிப்பட்ட வாழ்க்கையில் ஏற்பட்ட துயரங்களால் அவரது முகத்தில் உருவான சோகம் கலந்த அழகு, அவரது அழகை மற்ற அழகிலிருந்து வேறுபட்டதாக்குகிறது.

எனது இளமைக் காலத்தில் தமிழில் அவர் அக்கா, அம்மா வேடங்களில்தான் நடித்துக்கொண்டிருந்தார். எனவே அவர் என்னைப் பெரிதாக ஈர்க்கவில்லை. ஆனால் ஸ்ரீவித்யாவை நான் ரசிக்க ஆரம்பித்தது, 1984ல் வெளிவந்த 'ரஸனா' என்ற மலையாளப்படத்தைப் பிற்காலத்தில் பார்த்த பிறகுதான். அத்திரைப்படம் என்னை ஸ்ரீவித்யாவிற்கு ரசிகனாக்கியது.

ரஸனா... மலையாளத்தில் மட்டுமே சாத்தியமான மிகவும் துணிச்சலான முயற்சி. ரஸனா திரைப்படத்தில், எழுத்தாளர் பரத் கோபியின் மனைவி ஸ்ரீவித்யா, ஒரு அரசு அலுவலகத்தில் சூப்பர்வைஸராக வேலை பார்ப்பார். அங்கு புதிதாக வேலைக்குச்

சேரும் நெடுமுடி வேணு, ஒரு கிராமத்து வெகுளி. அவனைப் பற்றி ஸ்ரீவித்யா தனது கணவனிடம் சொல்கிறார். பரத்கோபி, வேணு கேரக்டரை வைத்து கதை எழுதும் யோசனையில். ''வேணு ஒரு இன்ட்ரஸ்ட்டிங்கான கேரக்டர். நாளைலருந்து அவன்கிட்ட கொஞ்சம் நெருக்கமா, ஃப்ரண்ட்லியா பழகுற மாதிரி நடி. அவன் எப்படி ரீயாக்ட் செய்வான்னு பாக்கணும்...'' என்கிறார். சிறிது தயக்கத்திற்குப் பிறகு ஸ்ரீவித்யா நெடுமுடி வேணுவிடம் நெருங்கிப் பழகுவது போல் நடிக்கிறார். ஸ்ரீவித்யா மேல் காதலாகிறார் வேணு. வேணுவின் நண்பர் மம்முட்டி வேணுவின் ஆசையை மேலும் தூண்டிவிடுகிறார். ஸ்ரீவித்யா, வேணுவுடன் ஹோட்டலுக்கு காபி அருந்தவும், சினிமா பார்க்கவும் செல்கிறார்.

சில நாட்களுக்குப் பிறகு ஸ்ரீவித்யா வேணுவிடம், தனது கணவன் ஊரிலில்லை என்று கூறி, அவனை உணவுண்ண வீட்டுக்கு அழைக்கிறார். அவனைப் படுக்கையறையில் அமரச் சொல்கிறார். வேணு, ஸ்ரீவித்யாவை அணைக்கும் கனவுடன் அமர்ந்திருக்கிறார். அப்போது அங்கு கணவனுடன் வரும் ஸ்ரீவித்யா தனது கணவனை அறிமுகப்படுத்துகிறார். அதிர்ச்சியடையும் வேணு, ஒரு வார்த்தையும் சொல்லாமல் இறங்கிச் செல்கிறார். ஸ்ரீவித்யா பரத்கோபியிடம் மிகவும் குற்ற உணர்வுடன் பேச... ''வேணு ஒரு அற்புதமான கேரக்டர்' என்கிறார் பரத்கோபி. இன்னும் கொஞ்சம் அவனுடன் பழகுமாறு கூறுகிறார். இதற்கு ஸ்ரீவித்யா மறுப்பு தெரிவிக்கிறார். வாழ்க்கையே வெறுத்துப்போன வேணு அலுவலகத்திற்கு வராமல் விரக்தியில் இருக்கிறார். பரத்கோபி, வேணுவை நேரில் சந்தித்து உண்மையைக் கூறுகிறார். அதன் பிறகு அலுவலகத்திற்கு வந்து ஸ்ரீவித்யாவைப் பார்க்கும் வேணு, 'என் வாழ்வில் ஒரே பெண் நீங்கள் மட்டும்தான்' என்று கூறிவிட்டு வருகிறார். ஸ்ரீவித்யா வேதனையுடன் அழுகிறார். பின்னர் க்ளைமாக்ஸில் நெடுமுடி வேணு தற்கொலை செய்துகொண்டு இறந்துவிட... ஸ்ரீவித்யா மனநிலை சரியில்லாதவராகிறார்.

ஒரு ஆணின் மனதிற்குள் மிகவும் நுட்பமாக ஊடுருவிப் பயணம் செய்யும் இந்தக் கதையில், தனது அற்புதமான நடிப்பால் ஸ்ரீவித்யா அசத்தியிருப்பார். இந்தக் கதைக்கு நடுத்தர வயதில், மிகவும் அழகான தோற்றமுடைய ஒரு பெண் வேண்டும். அதே சமயத்தில் அந்த அழகு, ஒரு கிராமத்து வெகுளி நெருங்கவே பயப்படும் ஹைசொஸைட்டி அழகாக இல்லாமல், எளிய அழகாக இருக்கவேண்டும். அதற்கு ஸ்ரீவித்யாவை விட்டால், வேறு யாரையும் என்னால் நினைத்துக்கூடப் பார்க்கமுடியவில்லை.

இந்தத் திரைப்படத்தில், மற்றப் படங்களில் சாத்தியமில்லாத பல தனித்துவமான காட்சிகளில் ஸ்ரீவித்யா மிக அழகிய, அபூர்வமான நடிப்பை வெளிப்படுத்தியிருந்தார். அலுவலகத்தில் வேண்டுமென்றே வேணுவை உற்றுப் பார்த்துவிட்டு... பிறகு வேணு அவரைப் பார்க்கும்போது ஒரு கேலிச்சிரிப்புடன் குனிந்துகொள்ளும் ஸ்ரீவித்யாவின் பார்வை... காபி அருந்த அழைத்துச் செல்லும்போது, வேணுவைப் பார்த்து உருவாகும் கேலிச்சிரிப்பை கைவிரலால் மூடி அடக்கியபடி பார்க்கும் பார்வை...... என்று படம் முழுவதும் விழிகளின் விழா. படத்தின் பிற்பகுதியில் தனது கணவனிடம், 'மனைவியை வைத்து தருமன் சூதாடியது போல், ஒரு கதாபாத்திரத்திற்காக நீங்கள் என்னைப் பணயம் வைத்து விளையாடிவிட்டீர்கள்'' என்று ஆதங்கத்துடன் பேசும்போது ஸ்ரீவித்யாவின் கண்களில் தெரியும் சோகம்... ஒரு காவிய சோகம்.

இப்படத்தைப் பார்த்த பிறகு ஸ்ரீவித்யாவின் மலையாளப் படங்களைத் தேடித் தேடி பார்க்க ஆரம்பித்தேன். பரதனின் 'காட்டெத்தே கிளி கூடு...' படத்தில் பரத்கோபியின் மனைவியாக நன்கு நடித்திருப்பார். 'பவித்ரம்' திரைப்படத்தில் ஸ்ரீவித்யாவின் பெரிய மகனுக்குத் திருமணமாகிக் குழந்தை இல்லாமல் இருக்கும். இரண்டாவது மகனுக்குத் திருமணம் நடைபெற இருக்கும் சூழ்நிலையில், ஐம்பது வயதில் கர்ப்பமாகிவிடும் மனைவியாக ஸ்ரீவித்யா நடித்திருந்த விதத்திற்கு முன்மாதிரி இல்லை. ஆனால் ஸ்ரீவித்யா அதை மிகச் சிறப்பாகச் செய்திருப்பார்.

அதிலும் குறிப்பாக, தான் கர்ப்பமாக இருப்பதை மகன் அறிவதை உணரும்போது காண்பிக்கும் துக்கமும், வெட்கமும் கலந்த உணர்வுகளை, அந்த மகத்தான விழிகளால் மட்டுமே வெளிப்படுத்த முடியும். 'தெய்வத்தின்ட விக்ருதிகள்'' திரைப்படத்தில்,, ஆங்கிலோ இந்தியப் பெண்ணாக ஸ்ரீவித்யா நடிப்பின் அத்தனை பரிமாணங்களையும் எட்டினார். ஏறத்தாழ இதே காலகட்டத்தில் தமிழ் சினிமா அவரை வெறும் அம்மாவாக மட்டுமே பார்த்துக்கொண்டிருந்தாலும் 'தளபதி', 'கற்பூர முல்லை', 'நீ பாதி நான் பாதி' ஆகிய படங்களில் ஸ்ரீவித்யா தனது திறமையை வெளிப்படுத்த முடிந்தது.

இவ்வாறு திரைப்படங்களில் அவர் மிகவும் தீவிரமாக இயங்கிக்கொண்டிருந்த காலத்தில், ஸ்ரீவித்யா தன் தனிப்பட்ட வாழ்க்கையில் மிகப்பெரிய சோகத்தை எதிர்கொண்டிருந்தார்.

காதல் திருமணம், விவாகரத்து, விவாகரத்தான கணவனிடமிருந்து தான் உழைத்து சம்பாதித்த சொத்துகளை மீட்பதற்கான போராட்டம்... என்று அவரது வாழ்க்கையின் மிகவும் வேதனையான காலகட்டத்தில் இருந்தார். ஆனால் இந்தத் துயரங்களிலிருந்து கலையே அவரை மீட்டது. உயர்நீதிமன்றத் தீர்ப்பால் சொத்துகள் அவரது கணவர் கைக்கே செல்ல... ஸ்ரீவித்யா விரக்தி நிலைக்குச் சென்றார். இதே காலகட்டத்தில் தமிழ்ச்சமூகம் அவரை மெல்ல மறக்க ஆரம்பிக்க... தன்னைக் கொண்டாடிய கேரளாவின் திருவனந்தபுரத்திற்கே குடி பெயர்ந்தார். அங்கிருந்தே தமிழ்ப் படங்களில் அவ்வப்போது நடித்து வந்த ஸ்ரீவித்யா, மலையாளத் தொலைக்காட்சித் தொடர்களில் நடிக்க ஆரம்பித்தார். அதிலும் வெற்றிகளை ஈட்டிய ஸ்ரீவித்யா, உச்ச நீதிமன்ற தீர்ப்பின் மூலமாக தனது சொத்துகளை மீண்டும் பெற்றார்.

ஆனால் விதிக்கு ஸ்ரீவித்யாவின் அழகிய விழிகளின் மீது ஒரு பொறாமை இருந்திருக்கவேண்டும். அவ்விழிகளில் சந்தோஷத்தின் ரேகைகள் படர்வதை அது விரும்பவில்லை. எனவே இம்முறை அவரைச் சோகத்தில் ஆழ்த்த விதி 'புற்றுநோய்' என்ற ஆயுதத்தைக் கையில் எடுத்தது. புற்றுநோயால் பாதிக்கப்பட்ட ஸ்ரீவித்யா தொடர்ந்து மூன்று ஆண்டுகள் சிகிச்சை எடுத்துக்கொண்டே நடித்துக்கொண்டிருந்தார். தனது தொடர் துயரங்கள் குறித்து ஸ்ரீவித்யா, ''நான் சந்தோஷப்பட எந்த நினைவுகளும் இருந்துவிடக் கூடாது என்று விதி தீர்மானித்திருக்கிறது'' என்று கூறியிருக்கிறார்.

ஸ்ரீவித்யா போராடி, போராடி களைத்துப்போயிருக்கவேண்டும். 2006 ஆம் ஆண்டு, உடல்நிலை மோசமான ஸ்ரீவித்யா மருத்துவமனையில் அனுமதிக்கப்பட்டார். ஸ்ரீவித்யா இறப்பதற்கு ஒரு மாதத்திற்கு முன்பு, அவரைக் கடைசியாகச் சந்தித்த மலையாளக் கவிஞரும், ஸ்ரீவித்யாவின் நெருங்கிய நண்பருமான பாலச்சந்திரன் சுள்ளிக்காடு, ''எங்கள் கடைசிச் சந்திப்பு கண்ணீரில் மிதந்தது. ஒரு நோயுற்ற ரோஜா போல் உருக்குலைந்திருந்த அவர், தனது அழகை நிரந்தரமாக இழந்துவிட்டிருந்தார். தனது வாழ்நாளில் நாம் மீண்டும் சந்திக்கக்கூடாது என்று ஸ்ரீவித்யா கூறினார்'' என்கிறார்.

ஒரு பெண் வயதாகி, அழகை இழப்பது வேறு. ஒரு நடிகை அழகை இழப்பது வேறு. ஒரு கவிஞன் தனது கவித்துவத்தை இழப்பது போல், ஒரு எழுத்தாளனோ, இயக்குனரோ தனது

படைப்புத்திறனை இழப்பது போல் ஒரு ஓவியன் வயதாகி விரல் நடுங்கி வரைய முடியாமல் போவது போல், ஒரு நடிகை தனது அழகை இழக்கும்போது தங்கள் அழகை மட்டுமல்ல. தங்கள் கலையையும் இழக்கிறார்கள். ஒரு கலைஞன் தனது கலைத் திறனை இழக்கும் கணங்கள், வாழ்வின் மிகவும் வேதனையான கணங்கள். அது போல் நடிகைகள் என்பவர்கள், அவர்களுடைய அழகுக்காக வாழ்நாள் முழுவதும் ஆராதிக்கப்பட்டவர்கள். அந்த அழகின் பீடத்திலிருந்து இறங்கும்போது, அவர்கள் யார் கண்ணிலும் படாமல் இருக்கவே விரும்புவார்கள். எனவே ஸ்ரீவித்யா தன்னை யாரும் பார்ப்பதை விரும்பவில்லை. மலையாள நடிகரும், முன்னாள் கேரள அமைச்சருமான நடிகர் கணேஷ்குமாரும், அவரது தாயாரும் மட்டுமே ஸ்ரீவித்யாவின் அருகில் இருந்து அவரைக் கவனித்துக்கொண்டனர்.

ஸ்ரீவித்யா இறப்பதற்கு பதினைந்து நாட்களுக்கு முன்பு திருவனந்தபுரம் சென்ற கமல்ஹாசன், ஸ்ரீவித்யாவை மருத்துவ மனைக்குச் சென்று சந்தித்தார். அங்கு ஸ்ரீவித்யாவின் நிலையைப் பார்த்து அதிர்ந்த கமல், அவரை சிகிச்சைக்காக எங்கு வேண்டுமானாலும் அழைத்துச் செல்லத் தயாராக இருப்பதாகக் கூறினார். ஆனால் ஸ்ரீவித்யா மறுத்துவிட்டார்.

ஸ்ரீவித்யாவின் இறுதி நாட்களில் அவரைச் சந்தித்த இன்னொரு நபர், மலையாள இயக்குனர் ஸ்ரீகுமாரன் தம்பி. ஸ்ரீவித்யா கடைசியாக நடித்துக்கொண்டிருந்த 'அம்மா தம்புராட்டி' என்ற மெகா சீரியலின் இயக்குனரான குமாரன் தம்பி, "இவ்வளவு துயரங்களுக்கு மத்தியிலும் ஸ்ரீவித்யா வாழ்க்கையை நேசித்தார். வாழவேண்டும் என்று விரும்பினார். ஸ்ரீவித்யாவின் மரணத்திற்கு இரண்டு நாட்கள் முன்பு நான் அவரை மருத்துவமனையில் சந்தித்தபோது, அவருக்கு ரத்த மாற்று

சிகிச்சை நடந்துகொண்டிருந்தது. அந்த நேரத்திலும் அவர் வீட்டுக்குச் செல்வது குறித்தும், நல்ல உணவுகளை உண்பது குறித்தும் பேசினார். ஸ்ரீவித்யா தனது இறுதி நாட்களில், தனது நோய் குறித்து வெளியே கூறி அனுதாபம் ஈட்டவோ, விஐபிகளால் அல்லது ரசிகர்களால் மருத்துவமனை நிரம்பி வழியவேண்டும் என்றோ விரும்பவில்லை' என்று கூறினார்.

தனது வாழ்நாள் முழுவதும் வாழ்க்கையுடன் போராடிக் கொண்டிருந்த அந்த சோகத்தின் தேவதை, தனது ஐம்பத்து மூணாவது வயதில், 2006, அக்டோபர் 19 ஆம் தேதி இரவு திருவனந்தபுரம், ஸ்ரீஉத்தராட திருநாள் மருத்துவமனையில் தனது விழிகளின் உயிர்ப்பை, புன்னகையின் உயிர்ப்பை, அழகின் உயிர்ப்பை நிரந்தரமாக நிறுத்திக்கொண்டது.

ஸ்ரீவித்யா இறந்த பிறகும் அவரைக் குறித்த சர்ச்சைகள் ஓயவில்லை. ஸ்ரீவித்யாவிற்கு சிகிச்சை அளித்த புற்றுநோய் மருத்துவர் திரு. எம். கிருஷ்ணன் நாயர் அவர்கள் தனது சுய வரலாற்று நூலில், ''அனைத்துப் பெண்களையும் போல, ஸ்ரீவித்யாவும் மருந்துகளின் பக்கவிளைவால், தனது தோற்றம் பாதிக்கப்பட்டு விடுமோ என்று மிகவும் அஞ்சினார். எனவே மருத்துவர்கள் குறைந்தளவு பக்க விளைவுகளை ஏற்படுத்தும் புதிய மருந்துகளை அளிக்க முடிவு செய்தனர். ஒரு இன்ஜெக்ஷன் ஒரு லட்ச ரூபாய் என்ற விபரத்தை மருத்துவர்கள் ஸ்ரீவித்யாவிடம் தெரிவித்தனர். அதற்கு ஸ்ரீவித்யா தனது அனைத்து சொத்துகளையும் தனது பெயரிலான அறக்கட்டளைக்கு மாற்றிவிட்டதாகவும், அந்த அறக்கட்டளையிடமிருந்து சிகிச்சைக்கான செலவைப் பெற்றுக்கொள்ளுமாறும் கூறினார். மருத்துவர்கள் அறக்கட்டளை உறுப்பினர்களை இதற்காகத் தொடர்புகொண்ட போது, அவ்வளவு விலை உயர்ந்த மருந்துகளுக்கான செலவை ஏற்கமுடியாது என்றும், வேறு சிகிச்சை அளிக்குமாறும் கூறினார்கள்'' என்று கூறியது, கேரளாவில் பரபரப்பை ஏற்படுத்தியது. ஆனால் அந்த அறக்கட்டளையின் தலைவரும், நடிகரும், முன்னாள் அமைச்சருமான கணேஷ்குமார் தரப்பினர், ''இக்குற்றச்சாட்டு முழுக்க முழுக்க பொய்'' என்று கூறினர்.

இது மட்டுமின்றி, கணேஷ்குமாருக்கு எதிரான வருமானத்துக்கு மீறிய சொத்துக் குவிப்பு வழக்கில், காவல்துறையிடம் வாக்குமூலம் அளித்த ஸ்ரீவித்யாவின் சகோதரர் சங்கரராமன், ''ஸ்ரீவித்யாவின்

உயில் உண்மைதானா என்றே தனக்குச் சந்தேகமிருப்பதாகவும், இன்று வரையிலும் கணேஷ்குமார், ஸ்ரீவித்யா தனது உயிலில் தெரிவித்த எக்காரியங்களையும் செய்யவில்லை' என்று கூறியுள்ளார். அதே போல் நடிகர் கமல்ஹாசனும் ஒரு வார இதழுக்கு அளித்த பேட்டியில், ஸ்ரீவித்யாவுடன் இறுதி நாட்களில் இருந்தவர்கள் குறித்து விமர்சனம் செய்திருந்தார். என்னைப் பொறுத்தவரையில், அந்த துயரங்களின் தேவதை இறந்துவிட்ட பிறகு, இந்தச் சர்ச்சைகள் எல்லாம் அர்த்தமே இல்லாமல் ஆகிவிடுகிறது.

ஸ்ரீவித்யா இறந்தபோது எப்படி இருந்தார் என்று எனக்குத் தெரியாது. ஆனால் அவர் உயிரோடு இருந்தபோது, ஒரு முறை நான் ஸ்ரீவித்யாவை நேரில் பார்த்திருக்கிறேன். ஏறத்தாழ இருபது ஆண்டுகளுக்கு முன்பு, சென்னை, வாணி மஹாலில் நடைபெற்ற ஒரு ஆர்கெஸ்ட்ராவுக்கு எனக்கு பாஸ் கிடைத்தது. ஆர்கெஸ்ட்ரா நிகழ்ச்சிக்கு நடுவே, திடீரென்று நடிகை ஸ்ரீவித்யா மேடையில் தோன்றினார். பச்சை நிற புட்டுப்புடவையில் அளவான மேக்கப்போடு வந்திருந்தார். மேடையில் சில நிமிடங்கள் பேசினார். சிறிது நேரத்தில் அவர் கிளம்ப... விழா ஏற்பாட்டாளர்கள் அவரோடு வெளியே சென்றனர். நானும் சென்றேன். நான்

சென்றது ஸ்ரீவித்யாவைப் பார்க்க அல்ல. 'ரஸனா...' சாரதாவை. 'காட்டெத்தே கிளிகூடு' சாரதாவை (இரண்டு படங்களிலும் அவரது கதாபாத்திரத்தின் பெயர் சாரதாதான்).

நான் வராண்டாவிற்கு வந்தபோது, ஸ்ரீவித்யாவைச் சுற்றி நான்கைந்து பேர் பேசிக்கொண்டிருந்தனர். நான் இரண்டு தலைகளுக்கிடையே தெரிந்த ஸ்ரீவித்யாவைப் பார்த்தேன். பார்க்கும்போதெல்லாம் ஒரு சோகத்தின் ராகத்தை என்னுள் இசைக்கும் அழகிய விழிகளையும், புன்னகையையும் நேரில் கண்டேன். ஏதாவது பேசலாமா என்று நினைத்தேன். தயங்கிக்கொண்டே நின்றேன்.

கடைசியில் அவர் அனைவரிடமும் வணக்கம் கூறி விடைபெற்றபோது நான், "மேடம்... ரஸனா படத்துல நீங்க ரொம்ப அற்புதமாக நடிச்சிருந்தீங்க..." என்றவுடன், வாணி மஹால் வராண்டா விளக்கு வெளிச்சத்தில், பச்சை நிறப் பட்டுப்புடவையில் தனது அகன்ற விழிகள் விரிய, ஒரு பரிசுத்தமான புன்னகையுடன், "தேங்க்ஸ்..." என்ற ஸ்ரீவித்யா இப்போதும் என்னுடன் இருக்கிறார். ஏனெனில் ஸ்ரீவித்யாவின் அந்தப் புன்னகை... எனக்கான புன்னகை.

- சொல்வனம் இணைய இதழ்
22.3.2016

7

நாயகன்: நிழலும் நிஜமும்

மணிரத்னம் வரதராஜ முதலியாரிடம் தில்லாக, “உங்கள் மரணம் எப்படி இருக்கும் என்று எதிர்பார்க்கிறீர்கள்?”என்று கேட்டார்.

ஏறத்தாழ 34 ஆண்டுகளுக்கு முன்பு, சென்னையிலிருந்து மும்பை சென்ற ஒரு புல்லாங்குழல் கலைஞர், டாக்ஸியில் செல்லும்போது தனது பையை டாக்ஸியிலேயே மறந்து வைத்துவிட்டு இறங்கிவிட்டார். அதில்தான் அவருடைய புல்லாங்குழல் இருந்தது. டாக்ஸியிலிருந்து இறங்கி சிறிது நேரத்திற்கு பிறகே அந்த பையை மறந்து விட்டுவிட்டது தெரிய வர... அவர் பதறிப் போய்விட்டார். கச்சேரிக்கு அவசியம் அந்தப் புல்லாங்குழல் தேவை. அந்த டாக்ஸியின் நம்பரும் அவருக்கு தெரியவில்லை.

அந்த டாக்ஸியை எப்படிக் கண்டுபிடிப்பது என்று புரியாமல் அவர் வரதராஜமுதலியாரின் ஆள் ஒருவரிடம் விஷயத்தைச் சொன்னார். இது வரதராஜ முதலியாரின் கவனத்திற்குச் சென்றது. அவர் புல்லாங்குழல் கலைஞரை அழைத்து, ''நீங்க போய் ஹோட்டல் ரூம்ல இருங்க. சாயங்காலம் உங்க பை வரும்'' என்றார். அதேபோல் அன்று மாலை ஹோட்டல் அறைக்கு அந்தப் பை வந்து சேர்ந்தது. மும்பையில் வர்தாபாய் எனப்படும் வரதராஜமுதலியாருக்கு இருந்த செல்வாக்கிற்கு, இந்தச் சம்பவம் ஒரு உதாரணம்.

இந்தச் செல்வாக்கு 1975-77 காலகட்டத்தில், மும்பையில் எம்பிஏ படித்துக்கொண்டிருந்த சுப்ரமணியம் என்ற மாணவரை மிகவும் பாதித்தது. மாதுங்கா மற்றும் தாராவி பகுதியில்

வாழ்ந்த தமிழர்கள், வர்தாபாயைக் கடவுளாகவே கருதினார்கள். காவல் துறையினரால் கள்ளக் கடத்தல்காரர் என்று அழைக்கப்படும் ஒரு மனிதனை, எப்படி இவர்கள் கடவுளாக நினைக்கிறார்கள் என்று ஆச்சரியப்பட்டார். சுப்ரமணியம், பின்னாளில் இயக்குனர் மணிரத்னம் ஆனார். வரதராஜ முதலியார் குறித்த அவரது ஆச்சரியமே, பத்தாண்டுகளுக்குப் பிறகு 1987-ல் 'நாயகன்' திரைப்படமாக வெளிப்பட்டது. 'டைம்' இதழால் உலகின் மிகச்சிறந்த 100 படங்களின் பட்டியலில் நாயகன் திரைப்படம் இருப்பதிலிருந்தே, அப்படம் கலாபூர்வமாக எவ்வளவு நேர்த்தியான படம் என்பதை நாம் அறிந்துகொள்ளலாம்.

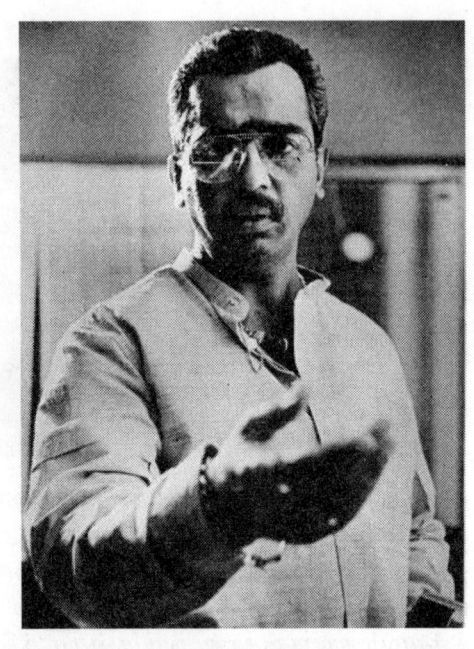

நான் எனது மனைவியை வெறுப்பேற்றவேண்டும் என்றால், ஒரு காரியம் செய்வேன். டிவிடி ப்ளேயரில் 'நாயகன்' படத்தைப் போட்டுப் பார்க்க ஆரம்பித்துவிடுவேன். ஏனெனில் எங்களுக்குத் திருமணமான இந்த 17 வருட காலத்தில் வருடத்திற்கு நான்கைந்து முறையாவது நாயகன் படத்தைப் பார்த்துவிடுவேன். அது மட்டுமின்றி டிவியில் எப்போது போட்டாலும் பார்த்து பார்த்து... இப்போது அவள் உலகில் மிகவும் வெறுக்கும் திரைப்படம்: நாயகன். ஒருமுறை நாயகன் டிவிடியைப் போடும்போது வேண்டுமென்றே, ''நீ நாயகன் படம் பாத்துருக்கியா?'' என்றேன். அதற்கு என் மனைவி வேகமாக, ''உங்கள கல்யாணம் பண்ணிகிட்டு 'நாயகன்' படம் பாக்காம உங்க கூட வாழ்ந்துட முடியுமா?'' என்றாள்.

ஒரு திரைப்படத்தை இத்தனை முறை என்னால் எப்படிப் பார்க்க முடிகிறது? மகத்தான படைப்புகளுக்கு எப்போதும் ஒரு

தனித்துவம் உண்டு. எத்தனை வருடமானாலும், அதை மீண்டும் மீண்டும் சலிக்காமல் பார்க்க இயலும். அதன்பிறகு நாயகன் போல் எத்தனையோ படங்கள் வந்தாலும், ஒரு படத்தாலும் நாயகனை நெருங்கமுடியவில்லை. அதேபோல் மணிரத்னத்தின் கலை உச்சமும் நாயகன்தான். நாயகன் படத்தில் மணிரத்னம் அடைந்த முழுமையின் உச்சத்தை, நேர்த்தியின் உச்சத்தை, படைப் பாற்றலின் உச்சத்தை அதன் பிறகு வந்த எந்த ஒரு படத்திலும் மணிரத்னம் அடையவே இல்லை. இதற்கு மணிரத்னத்தைக் குற்றம் சொல்லமுடியாது. மகத்தான கலைப் படைப்புகளின் தன்மையே அதுதான். அந்தப் படைப்பாளியே நினைத்தாலும், அது போன்றதொரு படைப்பை அவராலேயே படைக்க முடிவதில்லை.

நாயகன் படம் மும்பை வரதராஜ முதலியாரின் வாழ்க்கையை அடிப்படையாகக் கொண்டது. நாயகன் திரைப்படத்தில் வந்த விஷயங்கள் எந்தளவுக்கு உண்மைத் தன்மை கொண்டது? அது அப்படியே வரதராஜ முதலியாரின் வாழ்க்கையா என்றால், இல்லை. நாயகன் படம், உண்மையிலிருந்து எந்தெந்த விதங்களில் வேறுபட்டிருக்கிறது என்பதை அறிந்துகொள்ள, நாம் வரதராஜ முதலியாரைக் குறித்து முதலில் பார்ப்போம்.

தனது ஏழுவயதில் சென்னையிலிருந்து மும்பை விக்டோரியா டெர்மினஸ் ஸ்டேசனில் வந்திறங்கிய வரதராஜனுக்கு ஆதரவளிக்க யாருமில்லை. அங்கிருந்த ஒரு மசூதியிலேயே படுத்துறங்கி வளர்ந்த வரதராஜன், முதலில் மும்பை விடி ஸ்டேச னில் போர்ட்டராக வேலை செய்தார். பிறகு துறைமுகத்தில் கூலியாளாக பணியில் சேர்ந்தார். அப்படியே கடத்தல்காரர்களுடன்

தொடர்பு ஏற்பட்டு, 70களில் மும்பை நிழல் உலகின் அசைக்கமுடியாத நபராக மாறினார். வரதராஜ முதலியார் 'வர்தாபாய்' ஆனார்.

ஆனால் வரதராஜ முதலியாரின் இன்னொரு பக்கம் ஆச்சர்யகரமானது. அவர் மும்பையில் வசிக்கும் தமிழர்களுக்கு கடவுள் போல. ஏனெனில் அவர்கள் எந்த நேரத்தில் உதவி என்று சென்றாலும், உடனடியாக உதவிகள் கிடைக்கும் மும்பைத் தமிழர்கள்தான் என்றில்லை. தமிழர் என்று யார் சென்றாலும், வேண்டிய உதவி கிட்டும்.

வரதராஜ முதலியார் மிகுந்த பக்திமான். தினமும் குளித்து முடித்தவுடன், நெடுநேரம் வீட்டில் பூஜை செய்வார். மும்பை, மாதுங்கா ஸ்டேசனுக்கு அருகில் இருக்கும் பிள்ளையார் கோயிலுக்கு வரதராஜ முதலியார் செலவில் வருடா வருடம் நடைபெறும் பிள்ளையார் சதுர்த்தி பூஜை, மும்பையில் மிகவும் பிரபலம். ஜேசுதாஸிலிருந்து பல பிரபல பாடகர்கள் அதில் கச்சேரி நிகழ்த்தியிருக்கிறார்கள்.

வரதராஜ முதலியார் எப்போதும் வெள்ளை பேண்ட்டும், வெள்ளை சட்டையும்தான் அணிந்திருப்பார். 'ஒன்மேன்ஷோ' என்ற சென்ட்டை உபயோகிப்பார். நாற்காலியிலோ, சோஃபாவிலோ அமரும் பழக்கம் வரதராஜ முதலியாருக்குக் கிடையாது. தரையில் தான் அமர்வார். வரதராஜ முதலியாருக்கு மொத்தம் நான்கு ஆண் மற்றும் மூன்று பெண் குழந்தைகள்.

1980களின் மத்தியில், மும்பை போலீசின் நெருக்கடி அதிகரிக்க... தனது இறுதி காலத்தை அவர் சென்னையிலிருந்த தனது மகன் வீட்டில் கழித்தார். மும்பையில் மிகவும் பரபரப்பாக இயங்கி கொண்டிருந்த வரதராஜ முதலியார், சென்னையில் மிகவும் அமைதியான வாழ்க்கை வாழ்ந்தார். சென்னை சாந்தோம் பகுதியில் உள்ள, பாபநாசம்

சிவன் சாலையில் குடியிருந்த வரதராஜ முதலியார், தினமும் வீட்டு வாசலில் அமர்ந்தபடி பள்ளிக்குச் செல்லும் குழந்தைகளை ஆர்வத்துடன் பார்த்துக்கொண்டிருப்பார். அவ்வப்போது மயிலாப்பூரில் இருக்கும் சாயிபாபா கோயிலுக்குச் சென்று வருவார்.

இச்சமயத்தில்தான் நாயகன் படம் உருவானது. படம் தயாராகி முடிந்தவுடன், பத்திரிகையாளர்களுக்குப் பேட்டி அளித்த கமலும், மணிரத்னமும் இப்படம், வரதராஜ முதலியாரின் வாழ்க்கையை அடிப்படையாகக் கொண்டது என்று பேட்டியளித்தனர். எனவே சென்னை சென்சார் போர்டு, அப்படம் தனிநபரின் உண்மை வாழ்க்கை என்று கூறி சான்றிதழ் அளிக்க மறுத்தது. பின்னர் மும்பை ரிவைஸிங் கமிட்டிக்குப் படம் சென்றது. அவர்கள் வரதராஜ முதலியாரிடமிருந்து 'இப்படம் எனது வாழ்க்கையை அடிப்படையாகக் கொண்டதல்ல' என்று கடிதம் பெற்று வந்தால், படத்தை வெளியிட அனுமதிப்பதாக கூறினர். வரதராஜ முதலியாரிடமிருந்து கடிதம் பெற்று தரப்பட்ட பிறகுதான் படம் வெளியானது.

வரதராஜ முதலியார் சென்னையிலுள்ள ப்ரிவியூ தியேட்டரில் நாயகன் படம் பார்த்து முடித்தவுடன் மணிரத்னம் அவரிடம், "படம்

எப்படி இருக்கு? உங்களுக்கு ஆட்சேபணை ஏதுமில்லையே...'' என்றார். ''ஒரு ஆட்சேபணையும் இல்லை... ரொம்ப நல்லா எடுத்துருக்கீங்க''என்றார். படம் முடிந்து வீட்டுக்கு வந்த வரதராஜ முதலியார் தனது மனைவி, மகன், மருமகளிடம், ''நல்ல படம்'' என்று குறிப்பிட்டார்.

ஆனால் வரதராஜ முதலியாரின் மனைவி மாரியம்மாளுக்கு மட்டும் படத்தைப் பார்க்காவிட்டாலும், கதையைக் கேட்டுவிட்டு உறுத்தலாக இருந்தது. அனைவரிடமும் ''கடைசில சாகற மாதிரி படத்தை முடிச்சுட்டாங்களே...'' என்று புலம்பிக்கொண்டேயிருந்தார். வரதராஜ முதலியாரின் மனைவிக்குப் பிடிக்காத அந்த க்ளைமாக்ஸ் எவ்வாறு உருவா்னது? அதுவும் வரதராஜ முதலியார் உயிரோடு இருக்கும்போதே, இவ்வாறு படத்தை முடிக்கும் எண்ணம் மணிரத்னத்துக்கு எவ்வாறு வந்தது?

இது தொடர்பாக 'தி இந்து' ஆங்கில நாளிதழுக்கு அளித்த பேட்டியில் நடிகர் கமல்ஹாசன் இவ்வாறு கூறுகிறார்:

நாயகன் படத்தின் படப்பிடிப்பு நடந்துகொண்டிருந்தது. ஆனாலும் நாங்கள் எடுக்க நினைத்திருந்த க்ளைமாக்ஸ் குறித்து எனக்கும், மணிரத்னத்துக்கும் முழுத் திருப்தி இல்லாமல் இருந்தது. இந்தச் சூழ்நிலையில் நாங்கள் வர்தாபாயைச் சந்தித்தோம். அப்போது மணிரத்னம் வரதராஜ முதலியாரிடம் தில்லாக, ''உங்கள் மரணம் எப்படி இருக்கும் என்று எதிர்பார்க்கிறீர்கள்?'' என்றார். அதற்கு வர்தாபாய், ''அமைதியாக ஒரு மருத்துவமனையில் எனது உயிர் பிரியும். அல்லது என்னைப் பிடிக்கும் போலீசால் எனது குற்றங்களை நிருபிக்கமுடியாது. எனவே நீதிமன்றம் என்னை விடுவித்துவிடும். அப்போது நீதிமன்றத்திலிருந்து வெளியே வரும் போது, காவல்துறையே ஆள் ஏற்பாடு செய்து என்னைத் தாக்குவார்கள். அப்போது ஏற்படும் கலவரத்தில் அவர்களே என்னைச் சுட்டுக் கொன்றுவிடுவார்கள்'' என்றார். மணிரத்னத்திற்குள் இருந்த இயக்குனர் வேகமாக எழுந்தார். வரதராஜ முதலியார் சொன்னதை வைத்தே, மணிரத்னம் புதிய க்ளைமாக்ஸை முடிவு செய்தார். அப்படியே படத்தை எடுத்து வெளியிட்டார்.

இது குறித்து வரதராஜ முதலியாருக்கு எந்த வருத்தமும் இல்லை. ஆனால் அவருடைய மனைவி மாரியம்மாள்தான் கவலைப்பட்டார். அவர் பயப்பட்டபடியே, சம்பவங்கள்

வேகமாக நடந்தன. நாயகன் திரைப்படம், 1987 அக்டோபர் மாதம் 17 ஆம் தேதி, ஒரு தீபாவளியன்று வெளியானது. மறுமாதம் முதலே வரதராஜ முதலியாரின் உடல்நிலை சீர்கெட ஆரம்பித்தது. முதலில் கிட்னி பிரச்னை ஏற்பட்டது. 1987 டிசம்பர் 2 ஆம்தேதி சென்னை இஸபெல்லா மருத்துவமனையில் அனுமதிக்கப்பட்டார். மேலும் உடல்நிலை மோசமாகி 1988, ஜனவரி 2 ஆம்தேதி வரதராஜ முதலியார் மாரடைப்பால் மரணமடைந்தார். மாரியம்மாளின் பயம் பலித்துவிட்டது. நாயகன் படம் வெளிவந்து சரியாக 3 மாத காலத்திற்குள் வரதராஜ முதலியார் இறந்துவிடடார்.

8

ஒளிரும் மச்சங்கள்

கீர்த்தி சுரேஷ் ஒரு எளிமையான அழகுடன் இருக்கிறார். அதற்காக, அவர் 'பேருந்து பக்கத்து சீட் பயணி போல் இருக்கிறார்" என்று ஃபேஸ்புக்கில் எழுதுவதை எல்லாம் நான் வன்மையாக கண்டிக்கிறேன். எந்தப் பக்கத்து சீட் பெண் அப்படி இருக்கிறார் என்று சொல்லுங்கள். வாழ்நாள் முழுவதும் தமிழ் ரசிகர்கள் அந்தப் பேருந்தில் பயணிக்கத் தயாராக இருக்கிறார்கள்.

8

கடவுள் எப்போதும் மிகுந்த ரசனைக்காரர். அழகிகளைப் படைத்த அடுத்த நொடியே, கடவுள் அவர்களின் முகத்தில் திருஷ்டிப்பொட்டு போல் ஒரு சிறிய மச்சத்தைச் செதுக்குகிறார். அந்த மச்சம் அவர்கள் முகத்தில் அமைந்திருக்கும் இடத்தைப் பொறுத்து, அது அவர்களுக்கு ஒரு தனி அழகைத் தருகிறது. இந்த மச்சங்கள் சிலரை ஓவியனாக்குகிறது. பலரைக் கவிதை எழுத வைக்கிறது. என்னை இந்தக் கட்டுரையை எழுத வைக்கிறது.

சமீபத்தில் நடிகை கீர்த்தி சுரேஷின் ''ரஜினி முருகன்'' திரைப்படம் பார்த்தேன். அப்படத்தில் ''செல்லக் குட்டி உன்னைக் காண...'' பாடலுக்கு முன்பு வானம் இருண்டிருக்கும். சிவகார்த்திகேயன் தெருவிலிருந்து கீர்த்தி சுரேஷின் வீட்டைப் பார்ப்பார். அப்போது வீட்டின் இரண்டு கதவுகளும் திறந்து, நீல நிற உடையில் கீர்த்தி சுரேஷ் தோன்றுகிறார். இருண்டு கிடந்த வானத்தைப் பார்த்துவிட்டு கீர்த்தி வெளியே வருகிறார். ''செல்லக் குட்டி உன்னைக் காண'' பாடல் ஒலிக்க ஆரம்பித்தது. அந்த ஒன்றரை நிமிடப் பாடலில் பரபரப்புடன் துணிகளை எடுக்கும் கீர்த்தி... மழையில் நனைந்தபடி சந்தோஷமாக வானத்தைப் பார்க்கும் கீர்த்தி... காதில் ஜிமிக்கிகள் அசைந்தாட புன்னகைக்கும் கீர்த்தி... என்று ஏராளமான கீர்த்திகளைப் பார்க்க முடிந்தது. பாடல் முடிந்து ஜன்னலருகில்

நின்றபடி கீர்த்தி, சிவகார்த்திகேயனுக்கு "ஹாய்..." என்பது போல் லைட்டாக டாட்டா காட்ட.... பதிலுக்கு அத்தனை தமிழ் ரசிகர்களும் கீர்த்திக்கு மனதிற்குள் 'ஹாய்...'' சொன்னார்கள்.

கீர்த்திக்கு கொஞ்சம் புஸ், புஸ் கன்னங்கள்...ஜில் ஜில் சிரிப்பு... பொதுவாக இம்மாதிரியான பப்ளியான முகங்களை ஆண்களுக்குப் பிடிக்கும். மேலும் கீர்த்தி சுரேஷ் நமக்குத் தாழ்வு மனப்பான்மை ஏற்படுத்தும் அளவுக்கு அதிரடி அழகாக இல்லாமல், ஒரு எளிமையான அழகுடன் இருக்கிறார். அதற்காக, அவர் 'பேருந்து பக்கத்து சீட் பயணி போல் இருக்கிறார்' என்று ஃபேஸ்புக்கில் எழுதுவதை எல்லாம் நான் வன்மையாகக் கண்டிக்கிறேன். எந்தப் பக்கத்து சீட் பெண் அப்படி இருக்கிறார் என்று சொல்லுங்கள். வாழ்நாள் முழுவதும் தமிழ் ரசிகர்கள் அந்தப் பேருந்தில் பயணிக்கத் தயாராக இருக்கிறார்கள்.

அடுத்தடுத்த காட்சிகளில் கீர்த்தியின் முகத்தைப் பார்த்தபோது அந்த மச்சத்தைக் கவனித்தேன். What a placement? அது கீர்த்தியின் வலது கன்னத்திற்குக் கீழ் கீழே கன்னத்திலும் இல்லாமல், கழுத்திலும் இல்லாமல், ஒரு ரெண்டும் கெட்டான் இடத்தில்

இருக்கிறது. அவ்வாறு இருப்பதால், கீர்த்தி அண்ணாந்து பார்க்கும் போதும், அதிகமாகச் சிரிக்கும்போதும், முகச்சதைக்கு அதிக வேலை வைக்கும் பாவனைகள் செய்யும்போதும் அந்த மச்சம் கன்னத்திற்கும், கழுத்திற்கும் மாறி மாறி நகர்ந்து செல்வதைப் பார்த்து நான் அசந்துபோனேன். என் வாழ்வில் முதன் முதலாக ஒரு நகரும் மச்சத்தைக் கண்ட ஆச்சர்யத்திலிருந்து இன்னும் நான் விடுபடவே இல்லை.

கீர்த்தியின் மச்சம் இன்னும் சில மச்சங்களை நினைவுபடுத்தியது. கீர்த்தியின் அம்மா நடிகை மேனகாவிற்கு மூக்கருகில் ஒரு மச்சம் இருப்பது நினைவிற்கு வந்தது (மேனகாவின் சமீபத்திய புகைப்படங்களைப் பார்க்கும்போது அந்த மச்சம் தற்போது ஒரு மருவாக மாறியிருக்கிறது). தொடர்ந்து நான் மச்சங்களைப் பற்றி யோசிக்க... யோசிக்க... மனித குல வரலாற்றின் மகத்தான இந்த ஆராய்ச்சிக்(?) கட்டுரையை எழுதியே தீருவது என்ற முடிவுக்கு வந்தேன்.

கீர்த்தி சுரேஷின் மச்சம் நகரும் மச்சம் என்றால், மலையாள நடிகை காவ்யா மாதவனின் முகத்தில் காணப்படும் மச்சத்தை, மூக்கு மறைவு மச்சம் என்று என் சக ஆய்வாளர்கள்(?) கூறுகின்றனர். காவ்யாவின் முகத்தை நேராகப் பார்த்தால் அந்த மச்சம் தெரியாது. அவரது முகத்தின் இடது பக்கத்தை க்ளோஸ் அப்பில் காண்பிக்கும்போது கன்னமும், மூக்கும் கைகுலுக்கிக்கொள்ளும் இடத்தில் அந்த மச்சம் இருக்கிறது.

தொடர்ந்து நடிகைகளின் முக மச்சங்கள் குறித்த தேடலில் இறங்கியபோது, நமது பெரும்பாலான கனவுக்கன்னிகள் முகத்தில் மச்சத்துடன் இருக்கும் விஷயத்தைக் கவனித்து எனக்கு புல்லரித்துவிட்டது. நடிகை வைஜெயந்திமாலாவிற்கு இடது கண்ணிற்கு கீழே கன்னத்தில் உள்ளது. சரோஜாதேவிக்கும் அதே ப்ளேஸ்மென்ட்தான். ஆனால் அது வலது கன்னத்தில். நடிகை சிநேகாவின் மச்சம், கீழுதட்டிடம் கோபித்துக்கொண்டு சற்றுத் தள்ளிக் கீழே இருக்கிறது.

முகத்தில் இருக்கும் மச்சங்களில், இந்த மேலுதட்டு மச்சத்தை மச்சங்களின் ராணி என்று கூறலாம். அதன் வசீகரமே தனி. ஹிந்தி நடிகை ரேகா, ஜெயப்ரதா, சிம்ரன் போன்றோரின் மேலுதட்டில் இந்த ராணி மச்சத்தைக் காணலாம். இந்த மேலுதட்டு மச்சங்களிலேயே மிக மிகத் தனித்துவமானது, நயன்தாராவின்

மேலுதட்டு மச்சம். அது சரியாக நடு மூக்கிற்கு கீழே, மேலுதட்டின் நட்ட நடு சென்டரில் உள்ள குழிவான பகுதியில், தங்கக் குளத்தில் மிதக்கும் கறுப்புப் பூ போல் அட்டகாசமாக வீற்றிருக்கிறது. அதைப் பார்த்த பிறகு கீர்த்தி சுரேஷின் நகரும் மச்சம் சிறந்ததா? நயன்தாராவின் நிற்கும் மச்சம் சிறந்ததா? என்ற குழப்பத்தில் நேற்றிரவு முழுவதும் எனக்குத் தூக்கமே வரவில்லை.

சரி... எதற்கு இப்போது இந்த மச்சப் புராணம்?

பெண்களின் முக மச்சம் என்பது, சமைத்த உணவுப்பொருளின் மேல் சிறிது பச்சை இலைகளைத் தூவி அழகு செய்வது போன்றதாகும். இவ்வாறு அழகுக்கு ஒரு காரணமாக இருக்கும் மச்சத்தை, நவீன கால இளம்பெண்கள் பலர் ஏனோ ஒரு குறையாகக் கருதுகின்றனர். மாசு, மருவற்ற முகம்தான் அழகு என்ற கோணத்தில் சிந்திப்பதன் விளைவு அது. அதற்காக Scalpel Sculpting, Elliptical excision and closure... என்பது போன்ற நவீன சிகிச்சைகள் மூலமாக அந்த மச்சத்தை அகற்றுகிறார்கள் என்ற விபரத்தை அறிந்து எல்லையில்லா

துயரத்திற்கு ஆளானேன். அதே போல் இக்கட்டுரைக்காக நடிகைகளின் புகைப்படங்களை இணையத்தில் தேடியபோது, பலரும் தங்கள் மச்சத்தை மேக்கப்பில் மறைத்திருப்பதைக் காணமுடிகிறது. சில படங்களில் மட்டுமே மச்சத்தைக் காணமுடிகிறது. பெண்கள் மச்சத்தை மறைக்கவேண்டியதில்லை. மச்சமும் அழகின் ஓர் அம்சம்தான்.

இவ்வாறு அழகின் ஒரு பகுதியாக இருக்கும் மச்சத்தைப் பற்றி கேம்பிரிட்ஜ் அகராதியில் கொஞ்சம் கூட ரசனையே இன்றி, "ஒரு நபரின் தோலில் காணப்படும் சிறிய, கருப்பான பகுதி" என்று போட்டிருக்கிறார்கள். அது ஒரு சிறிய, கருப்பான பகுதியா என்ன? அது அழகின் ஒரு துளி.

✦✦✦

- தி இந்து தமிழ் நாளிதழ்
1.4.2016

9
கே. பாலச்சந்தர்: பெண்களின் மனசாட்சி

பாலச்சந்தருக்கு முன்பு வரை, நம் தமிழ் சினிமாவின் பெண்கள் கதாநாயகனைக் கதவுக்குப் பின்னாலிருந்து எட்டிப் பார்த்துவிட்டு, வெட்கத்துடன் கால் விரலால் தரையில் கோலமிட்டார்கள். துக்கம் வந்தால் குடுகுடுவென்று மாடிப்படிகளில் ஓடி, ஒரு அறைக் கதவை படாரென்று திறந்துகொண்டு, படுக்கையில் பொத்தென்று விழுந்து குப்புறப் படுத்தபடி கேவி கேவி அழுவார்கள்.

1980-ல் வெளிவந்த கே. பாலச்சந்தரின் ‘வறுமையின் நிறம் சிவப்பு’ திரைப்படத்தில் டெல்லியில் வேலை கிடைக்காமல் பசியால் வாடும் கமல்ஹாசன், தனது ஆதர்சமான பாரதியாரின் புத்தகங்களைப் பழைய பேப்பர்காரனிடம் எடைக்குப் போடுவார். அதைப் பார்க்கும் ஸ்ரீதேவி, ‘‘பாரதியாரோட புத்தகங்களையா விலைக்குப் போடுறீங்க?’’ என்று கேட்பார் . அதற்கு கமல் பின்வருமாறு கூறுவார்.

‘‘எனக்குப் பாரதியார் கடவுள்தான். ஆனால் அவரை விட பெரிய கடவுள் பசி. வாழ்க்கைல நிஜமானதும் அதான். பலமானதும் அதான். பசி வந்தால் பத்தும் பறந்து போகும். என் பாரதியாரும் பறந்துபோயிட்டாரு. எப்படி வேணும்ன்னாலும் வாழணும்னு நினைச்சா நான் வாழ்ந்திருக்கலாம். ஆனா இப்படித்தான் வாழணும்னு நினைச்சேன். அது முடியாது. இந்த நாட்டுல முடியாது. என்ன சுத்தி நடக்கிற போலித்தனத்த என்னால தாங்கிக்க முடியல. அதனால ஒரு நிலையான உத்தியோகத்துல என்னால இருக்கமுடியல. ஆனா எத்தனை நாளைக்குதான் இப்படி இருக்கமுடியும்… லட்சியங்கள் சோறு போடறதில்ல. பசி என்னைப் பலவீனமாக்கிடுமோன்னு எனக்கு பயமா இருக்கு. ஆனா ஒண்ணு… இந்தப் பசி என்னைப் பலி வாங்க விடமாட்டேன். நானே அழிஞ்சுபோனாலும் சரி… என்னோட கொள்கைகள், லட்சியங்கள்…

அழிஞ்சி போக விடமாட்டேன்" என்று பேசி முடித்தவுடன் என் மனதில் அமர்ந்த பாரம் அகல நெடு நேரமானது.

நேர்மையாக வாழ முயலும் ஒரு இளைஞனின் மன உணர்வை இதை விட வீரியமான வார்த்தைகளில் தமிழ் சினிமாவில் விவாதித்திருக்கிறார்களா என்று தெரியவில்லை. அக்காட்சியை பாலச்சந்தர் படமாக்கிய விதமும், அற்புதமான வசனமும், கமலின் மிக அற்புதமான நடிப்பும், வசன உச்சரிப்பும் அந்தக் காட்சியை என்னால் மறக்கமுடியாத காட்சிகளுள் ஒன்றாக ஆக்கிவிட்டது.

இயக்குனர் சிகரம் கே. பாலச்சந்தர்... மூன்று தலைமுறை ரசிகர்களை ஈர்த்த பாலச்சந்தர், நேற்று தனது 85 ஆவது வயதில் காலமானார்.

"நல்ல பொண்ணுதான். ஆனா பாலச்சந்தர் பட கதாநாயகி மாதிரி வெடுக் வெடுக்குன்னு பேசிடும்" என்ற வார்த்தைகளை நான் பலரிடமிருந்தும் கேட்டிருக்கிறேன். போலியாக நடிக்காமல், மனதில் தோன்றுவதை அப்படியே அப்பட்டமாகக் கூர்மையான வார்த்தைகளில் பேசுவதைத்தான் அவர்கள் 'வெடுக்... வெடுக்...' என்றுகுறிப்பிடுகிறார்கள். அதற்கு ஏன் 'பாலச்சந்தரின் கதாநாயகி போல்' என்று குறிப்பிடவேண்டும்? ஏனெனில் பாலச்சந்தருக்கு முன்பு வரை, நம் தமிழ் சினிமாவின் பெண்கள் வேறுவிதமாக இருந்தார்கள்.

கதாநாயகனைக் கதவுக்குப் பின்னாலிருந்து எட்டிப் பார்த்துவிட்டு, வெட்கத்துடன் கால் விரலால் தரையில் கோலமிட்டார்கள். காதல் வந்தால், இரண்டு கைகளாலும் முகத்தை மூடி வெட்கப்படுவார்கள். துக்கம் வந்தால் குடுகுடுவென்று மாடிப்படிகளில் ஓடி, ஒரு அறைக் கதவைப் படாரென்று திறந்துகொண்டு, படுக்கையில் பொத்தென்று விழுந்து குப்புறப் படுத்தபடி கேவி கேவி அழுவார்கள். அதிர்ச்சியடைந்தால் புறங்கையால் வாயை மூடி "ஆ..." என்று கத்தினார்கள். எட்டி உதைக்கும் கணவனின் காலைப் பிடித்துக்கொண்டு கதறினார்கள். சுருக்கமாகச் சொன்னால், பெண்களை அழுவாச்சி காட்சி களுக்கும், காதல் காட்சிகளுக்கும் மட்டுமே பயன்படுத்தி வந்தார்கள். பெண்களின் நிஜமான குரல் தமிழ் சினிமாவில் ஒலிக்கவே இல்லை. தமிழ்ப் பெண்கள் கண்ணீருடன் தங்கள் மனதிற்குள் மென்றுகொண்டிருந்த உணர்வுகளை, கே. பாலச்சந்தர் வரும் வரையில் யாரும் சொல்லவில்லை. பாலச்சந்தர் வந்தார். எத்தனையோ காலமாக பெண்கள் ஆண்களை நோக்கிக் கேட்க நினைத்த கேள்விகளை எல்லாம் கேட்டார். இது எப்போது நிகழ ஆரம்பித்தது?

கமல் ஒரு முறை, "நான் பாலசந்தரின் 'அரங்கேற்றம்' படத்தில் நடிப்பதற்காகத் தேர்வு செய்யப்பட்டிருந்தேன். ஆனால் படப்பிடிப்பு ஆரம்பமாகவில்லை. அப்போது 42 வயதே ஆன பாலசந்தருக்கு மாரடைப்பு ஏற்பட்டு மருத்துவமனையில் அனுமதிக்கப்பட்டார்.. அப்போது எனக்குத் தெரியாது... என் வாழ்க்கையில் ஒளியேற்றப்போகும் ஜோதி மருத்துவமனையில் உயிருக்கு போராடிக்கொண்டிருந்தது" என்று கூறியிருக்கிறார்.

அந்த ஜோதி குணமாகி, மருத்துவமனையிலிருந்து வந்தபோது, அது பாலசந்தருக்கு மட்டும் மறுஜென்மம் அல்ல. தமிழ் சினிமாவுக்கும் மறுஜென்மம்தான். ஏனெனில் கே. பாலச்சந்தர் 1965 முதலே திரைப்படங்களை இயக்கி வந்தாலும், 1972ல் வெளிவந்த 'அரங்கேற்றம்' படத்திலிருந்தே இன்று நாம் பாலச்சந்தர் படத்திற்கான அடையாளங்களாகக் கருதும் அனைத்து அம்சங்களும் முழுமையாக வெளிப்பட ஆரம்பித்தது. 'அரங்கேற்றம்' படத்திலிருந்தே ஒரு புதிய பாலச்சந்தரைப் பார்க்க முடிந்தது. அதன் பிறகு பாலச்சந்தர் முற்றிலும் வேறு விதத்தில் இயங்கினார். தமிழ் சினிமா அது வரையிலும் தொடத் தயங்கிய விஷயங்களை அனாயசமாகக் கையாண்டார். பாலச்சந்தரின்

முத்திரை என்பதெல்லாம் இப்படத்தில்தான் உருவாகி, 'அவள் ஒரு தொடர்கதை' திரைப் படத்திலிருந்து அது நிரந்தரமானது.

'அவள் ஒரு தொடர் கதை' சுஜாதா, 'அவர்கள்' சுஜாதா, 'அச்சமில்லை... அச்ச மில்லை சரிதா, 'நிழல் நிஜமாகிறது' சுமித்ரா, 'நூல்வேலி' சுஜாதா... என்று தொடரும் இந்தப் பயணத்தில் 'கல்கி' ஸ்ருதி வரை, பாலச்சந்தரின் பெண் கதாபாத்திரங்கள், என்றென்றும் ஆண்களால் பதில் சொல்ல முடியாத கேள்விகளைக் கேட்டுக்கொண்டேயிருந்தார்கள். ஆண்கள் மனதில் குற்ற உணர்வை உருவாக்கும் கேள்விகள் அவை. காலம், காலமாக அழுத்தப்பட்டு வந்த பெண்களின் குரலாக பாலசந்தர் தொடர்ந்து ஒலித்துக்கொண்டே இருந்தார். கே.பாலச்சந்தர் கீழ்க்கண்ட விதங்களில் தனித்துவம் உடையவராகிறார்.

முதலாவதாக ஏறத்தாழ நாற்பதாண்டு காலத்தில், நூறு படங்களை இயக்கியுள்ளார். அதாவது சராசரியாக வருடத்திற்கு இரண்டரை படங்கள் இயக்கியுள்ளார். ஒரு எழுத்தாளர் கதைகள் எழுதுவது போன்ற விஷயம் கிடையாது இது. பல்வேறு நபர்களை ஒருங்கிணைத்து, தான் நினைத்த கதையை, தான் நினைத்த விதத்தில் சொல்லி, அதை ரசிகர்களுக்கும் பிடிக்குமாறு செய்து, வர்த்தக ரீதியிலும் இரண்டுக்கு ஒரு படத்திலாவது தொடர்ந்து வெற்றிபெற்றுக்கொண்டிருந்தால் மட்டுமே இது சாத்தியமாகும்.

அடுத்து நூறு படங்கள் என்பவை, சராசரியான பொழுதுபோக்குப் படங்கள் அல்ல. அவர் தமிழ் சினிமாவில் அது வரையிலும் தொடாத பல்வேறு கருப்பொருட்களைத் திரைப்படமாக்கினார். வேலையில்லாத் திண்டாட்டத்தைக் கூறும் 'வறுமையின் நிறம் சிவப்பு'', வெளிநாட்டில் கொடுமைக்கார கணவனிடம் மாட்டிக்கொண்டு தவிக்கும் பெண்ணின் கதையைக் கூறும் '47 நாட்கள்', தண்ணீர் பிரச்னையைக் கூறும் 'தண்ணீர்...

தண்ணீர்', அரசியல் எப்படி ஒரு நல்லவனை நாசமாக்குகிறது என்பதை விவரிக்கும் 'அச்சமில்லை... அச்சமில்லை...', பாலியல் அத்துமீறலைக் கூறும் 'நூல்வேலி', பாலியல் தொழிலாளியின் வாழ்க்கையைக் கூறும் 'தப்புத் தாளங்கள்', திருமணமான ஒரு ஆணின் சபலங்களைச் சித்தரிக்கும் 'மன்மத லீலை, தந்தை- மகன் கருத்துமோதலைக் கூறும் 'உன்னால் முடியும் தம்பி', நடுத்தர மக்களின் சினிமா மோகத்தை எளிமையான நகைச்சுவையுடன் கூறிய 'பாமா விஜயம்', ஒரு இளைஞன், ஒரு இருபது வயதுப் பெண்ணின் தாயைக் காதலிக்கும் கதையைக் கூறும் 'அபூர்வ ராகங்கள்', மொழி தாண்டிய காதலைக் கூறும் 'ஏக் துஜே கேலியே', ஒரு கர்நாடக சங்கீதக் கலைஞன் திருமணத்திற்குப் பிறகு வேறொரு பெண்ணைக் காதலிக்கும் கதையைக் கூறும் 'சிந்து பைரவி'... என்று வரிசையாகச் சொல்லிக்கொண்டே போகலாம். பாலச்சந்தர் அளவுக்கு வெரைட்டியான சப்ஜெக்ட்களில் திரைப்படம் எடுத்தவர்கள் தமிழில் வேறு யாரும் இல்லை.

மேலும் பாலச்சந்தர் தமிழ் சினிமாவின் முக்கியமான ஆளுமைகளை அறிமுகப்படுத்துவதோடு நின்றுவிடாமல், தொடர்ந்து தனது படங்களில் அவர்களுக்கு வாய்ப்புகள் கொடுத்து, அவர்களை மெருகேற்றிக்கொண்டேயிருந்தார். கமல், ரஜினி, சுஜாதா, சரிதா... என்று இந்தப் பட்டியலும் நீளமானது. அடுத்து... ஏற்கனவே குறிப்பிட்டது போல் பாலச்சந்தரின் சாட்டையடி போன்ற கூர்மையான, அதே சமயத்தில் எளிமையான வசனங்கள்...

உதாரணத்திற்கு 'புது புது அர்த்தங்கள்' படத்தில் கீதா ரகுமானிடம், ''திருமணத்திற்கு முன்பு நீங்க வேற யாரு கூடயாச்சும் உறவு வச்சிருக்கீங்களா?'' என்று கேட்டவுடன் ரகுமான், ''இதே கேள்விய நான் திருப்பிக் கேட்டா...'' என்று திருப்பி அடிப்பார். 'பசி என்னை பலவீனமாக்கிடுமோன்னு பயப்படுறேன்'' என்று கலங்கும் வறுமையின் நிறம் சிவப்பு கமல், 'லதா மங்கேஷ்கருக்கு பருப்புப் பொடி செய்யத் தெரியுமா?'' என்று சிவக்குமாரிடம் கேட்கும் 'சிந்து பைரவி' சுலக்ஷனா... என்று தமிழ்த்திரை அவருடைய வசனங்களால் தகித்தது. இன்னும் என் மனதில் தகித்துக்கொண்டிருக்கிறது.

மகத்தான கலைஞர்கள் மறைவதில்லை. அவர்கள் தங்களுடைய கலை மூலமாக நம்முள் வாழ்ந்துகொண்டேயிருக்கிறார்கள்.

10

கடவுள் தேசத்து தேவதைகள்

அழகிய மலையாளப் பெண்கள், பாவாடை சட்டை அணிந்துகொண்டு தலைமுடியை விரித்துப் போட்டுக்கொண்டு, நெற்றியில் சந்தனத்துடன், "அய்யே..." என்று வெட்கத்துடன் கூறும்போது மலையாள மொழி அதன் கவித்துவத்தின் உச்சத்தைத் தொட்டுவிடுகிறது.

10

கடந்த 2015, ஜூலை மாதம் ஆனந்த விகடனில் பிரசுரமான எனது ‘ஒவ்வொன்றாய்த் திருடுகிறாய்...’’ சிறுகதை உட்பட, எனது சிறுகதைகளைத் தொடர்ந்து வாசித்து வரும் நண்பர்கள் பலரும் என்னிடம் கேட்கும் கேள்வி: “சார் நீங்கள் மலையாளியா?’’. அசல் திருச்சிக்காரனான நான் பதறிப்போய், “இல்லங்க...’’ என்பேன். ஏனெனில் எனது ஐந்தாறு சிறுகதைகளில், மலையாளப் பெண்களே கதாநாயகிகளாக இருந்திருக்கிறார்கள். உயிரோசை இணைய இதழில் நிறைய மலையாளத் திரைப்படங்கள் பற்றியும் எழுதியிருக்கிறேன். எனது தாய்மொழி அல்லாத மலையாள மொழியின் மீது ஏன் இவ்வளவு விருப்பம்?

முன்பு தூர்தர்ஷனில், மதியம் 1.30 மணிக்கு ஒளிபரப்பிய, விருது பெற்ற மலையாளப் படங்கள் மூலமாக எனது கவனம், நல்ல மலையாளப் படங்கள் நோக்கித் திரும்பியது. மலையாளத் திரைப்படங்களில், முதலில் என்னைக் கவர்ந்தது.... கேரளாவின் அற்புதமான காயல் நிலக் காட்சிகள். அடுத்து... மலையாள பேச்சுமொழியிலேயே ஒரு கவித்துவம் இருக்கிறது. அதற்கான காரணம் மலையாளம், சமஸ்கிருதத்திற்கும், தமிழுக்கும் க்ராஸ் ப்ரீடில் பிறந்த குழந்தை. தூய தமிழில் இருக்கும் பல வார்த்தைகள் அவர்களின் பேச்சுமாழியிலேயே இருக்கிறது. இந்தத் தூய தமிழ்ச் சொற்கள்

சமஸ்கிருதத்துடன் கலக்கும்போது, அம்மொழியின் கவித்துவ அம்சம் ஏறிவிடுகிறது. மனோன்மணியன் சுந்தரம் பிள்ளை கூட மலையாள மொழியை, 'கவின் மலையாளம்' என்றே குறிப்பிடுகிறார். அதுவும் அழகிய மலையாளப் பெண்கள், பாவாடை சட்டை அணிந்துகொண்டு தலைமுடியை விரித்துப் போட்டுக்கொண்டு, நெற்றியில் சந்தனத்துடன், 'அய்யே...'' என்று வெட்கத்துடன் கூறிவிட்டு குடுகுடுவென்று காயல் கரையில் ஓடும்போது, மலையாள மொழி அதன் கவித்துவத்தின் உச்சத்தைத் தொட்டுவிடுகிறது.

இப்படியே மலையாளப் படங்கள் பார்க்கும் பழக்கம் அதிகரிக்க அதிகரிக்க... எனது வானில் கடவுள் தேசத்தின் கனவுக்கன்னிகள் உதயமானார்கள். இந்தக் கனவுக்கன்னிகளைத் தமிழ்ப்படக் கனவுக் கன்னிகள் போல் மனதிற்கு நெருக்கமாக உணரமுடியாவிட்டாலும், கண்ணுக்கு நெருக்கமாக உணரமுடிகிறது.

மலையாள இயக்குனர்கள், நம்மைப் போல் வெள்ளைத் தோல் நடிகைகளை நோக்கி ஓடுவதில்லை. பெரும்பாலும் கேரளாவைச் சேர்ந்த, சற்றே மாநிறமான, நம் மனதுக்கு நெருக்கமாக உணரும் எளிமையான அழகையே தேர்ந்தெடுப்பார்கள். ஜெயபாரதி, சீமா,

பார்வதி, ஸ்ரீவித்யா, மஞ்சு வாரியர், சம்யுக்தா வர்மா, காவ்யா மாதவன், நவ்யா நாயரிலிருந்து ரீமா கல்லிங்கல் வரை இந்தப் போக்கை கவனிக்கலாம்.

ஆனால் ஒரு பிரச்னை என்னவென்றால் அவர்கள் கேரளாவில் பிரபலமாகி, நமது பார்வைக்குள் வருவதற்குள், யாரேனும் அவரைக் காதலித்து திருமணம் செய்துகொண்டு விடுவார்கள். உதாரணத்திற்கு 'சுப யாத்ரா' படம் பார்த்து பார்வதியின் ரசிகனான சிறிது காலத்திலேயே நடிகர் ஜெயராம், அவரைத் திருமணம் செய்துகொண்டுவிட்டார். 'மேஹமல்ஹார்' படம் பார்த்து நான் ரசித்த சம்யுக்தா வர்மாவை இருபது படங்கள் கூட நடித்து முடிப்பதற்குள், நடிகர் பிஜு மேனன் திருமணம் செய்துகொண்டுவிட்டார், மஞ்சு வாரியரை திலீப்... நடிகை ரீமா கல்லிங்கலை, இயக்குனர் ஆஷிக் அபு திருமணம் செய்துகொண்டார். இதையெல்லாம் மீறி, சில நடிகைகளே அங்கு நீண்ட நாட்கள் நடித்தார்கள். அவர்களில் முதலாவதாக எனக்குப் பிடித்த நடிகை காவ்யா மாதவன்.

காவ்யா மாதவன் 1991லிருந்து குழந்தை நட்சத்திரமாகவும், பிறகு... தமிழில் காசி உட்பட பல படங்களில் கதாநாயகியாகவும் நடித்துக்கொண்டிருந்தாலும், அக்கால கட்டத்தில் அவர் என்னைப் பெரிதாகக் கவரவில்லை. எட்டு, ஒன்பது வருடங்களுக்கு முன்பிருக்கும் என்று நினைக்கிறேன். ஒரு முறை ஒரு மலையாளச் சேனலைப் பார்த்துக்கொண்டிருந்தபோது, 'ஆனந்த பத்ரம்' என்ற பட டைட்டிலில் சந்தோஷ்சிவன் இயக்கம் என்றவுடன், சற்று ஆவலோடு படத்தைப் பார்க்க ஆரம்பித்தேன். படம் ஆரம்பித்து ஏறத்தாழ அரை மணி நேரம் வரையிலும் பிருத்விராஜ், சிவபுரம் கிராமம், மந்திரவாதி... அது... இதுவென்று படம் சுவாரஸ்யமில்லாமல் ஓடிக்கொண்டிருந்தது.

ஒரு காட்சியில் ஒரு குடிகார கணவன், சாலையில் மனைவியைப் போட்டு அடிக்க... அவன் கையைப் பிடித்து இழுத்த ஒரு நீல தாவணிப் பெண், அவனைக் கண்டித்தபோது அழகாக இருப்பது போல் தெரிய... படுத்திருந்த நான் எழுந்து அமர்ந்தேன். சற்றே முகத்தை நெருக்கிக் காண்பிக்க... இது காவ்யா மாதவன்தானே... காவ்யா மாதவனா இவ்வளவு அழகாக இருக்கிறார் என்று ஆச்சர்யப்பட்டேன். பிறகு "ஃபன்டாஸ்டிக்..." என்று பிருத்விராஜ் கூறியவுடன், திரும்பிப் பார்க்கும் காவ்யா மாதவனின் அழகிய,

அற்புதமான, பெரிய பெரிய கண்களுக்கு அந்தப் புண்ணியவான் சந்தோஷ் சிவன், ஒரு க்ளோஷப் ஷாட் வைத்தார் பாருங்கள்... சராசரி பெண்களை விட சற்றே பெரிய, சற்றே சதைப்பற்றான முகம். நெற்றியில் சந்தனத்துக்கு மேல் குங்குமத்துடன் அவர் பிருத்விராஜை திரும்பிப் பார்த்தார். காவ்யா சுற்றியிருந்த கும்பலைக் குறிப்பிட்டு, 'எங்கருந்து இவங்கள்லாம் வராங்க...'' என்று கூறியபடி பிருத்விராஜை முறைக்க... பிருத்விராஜ் ஆங்கிலத்தில் பேச, பேச... காவ்யா மாதவன் காண்பிக்கும் அட்டகாசமான முகபாவங்கள் கவிதை என்றால், பச்சை நிற தாவணியில் பிருத்விராஜ்க்கு உணவு பரிமாறும்போது கண்களில் குறும்புடன் பிருத்விராஜை ரசித்தபடி அவரை மிரட்டுவது போல் பேசும் தருணங்கள் காவியம்.

அக்காட்சியைப் படம் பிடிக்கும் போது சந்தோஷ்சிவன் காவ்யாவின் அழகைக் கவனித்திருக்கவேண்டும். எனவே பிருத்விராஜை எல்லாம் டீலில் விட்டுவிட்டு, காவ்யாவிற்கு ஒரே க்ளோஷ் அப் ஷாட்டாக வைத்து சௌந்தர்ய உபாச கர்களின் கண்களில் காவ்யா மாதவனை நிரந்தரமாக விதைத்தார். காவ்யாவின் அழகு இதோடு முடியவில்லை. அடுத்து வரும் காட்சி களில் தோழியுடன் பேசும் பாங்கும், பிறகு மாந்திரிகபுர குகையை பிருத்விராஜிற்கு சுற்றிக் காண்பிக்கும் காட்சிகளிலும் அழகின்

வெவ்வேறு ரூபங்களைக் காணலாம். 'உனக்கு விருப்பமான ஆண் எப்படி இருக்கவேண்டும்?'' என்று பிருத்விராஜ் கேட்கும்போது காவ்யா விழிகளை ஒரு துளியும் இமைக்காமல், கரு விழிகளை மட்டும் உருட்டியபடி கேள்வியுடன் பார்த்துவிட்டு, பிறகு லைட்டாக வெட்கப்பட்டபோது... காவ்யாவை இவ்வுலகிற்கு அளித்த மாதவனுக்கும், சசியாமளாவுக்கும் (காவ்யாவின் பெற்றோர்) என் நன்றியைத் தெரிவித்துக்கொண்டேன்.

இதற்கு முன்பே காவ்யா மாதவனை நான் பார்த்திருந்தாலும், அப்போது ஏன் எனக்குக் காவ்யாவைப் பிடிக்கவில்லை? இது குறித்து பெண் அழகியல் துறையில் பெரும் நிபுணத்துவம் வாய்ந்த சக சிந்தனையாளர்களுடன் நான்கைந்து அமர்வுகள் கலந்து பேசிய பிறகு இந்த முடிவுக்கு வந்தேன்: காவ்யா மாதவன் ஒன்பதாவது படிக்கும்போதே கதாநாயகியாக நடிக்க ஆரம்பித்துவிட்டார். அதனால் ஆனந்தபத்ரத்திற்கு முந்தைய படங்களில் அவர் தனது சிறுமி தோற்றத்திலிருந்து முழுமையாக விடுபடாமல் சிறுமியும், குமரியும் கலந்த தோற்றத்தில் இருந்தார். ஆனந்த பத்ரம் படத்தில்தான் 21 வயதில், தனது இளமையின் உச்சத்தில் நின்று அழகால் நம்மை வசியப்படுத்தினார் என்ற ஒரு மனதான முடிவுக்கு வந்தோம்.

அடுத்ததாக, மலையாள நடிகைகளில் எனக்குப் பிடித்த நடிகை மீரா ஜாஸ்மின். இயக்குனர் லோகிததாஸின் 'கஸ்தூரி மான்'' மலையாளப்படத்தில்தான் முதன் முதலாக மீரா ஜாஸ்மின்

அறிமுகமானார். படத்தின் துவக்கத்தில் வரும், 'ஒன் ப்ளஸ் ஒன்' பாடலில், சராசரியான எல்லாக் கதாநாயகிகள் போலத்தான் மீராவும் தோன்றினார். ஆனால் பஸ்சில் பிரேம்நசீர் குரலில் பேசி குஞ்சாக்கோ கோபனை கலாட்டா செய்யும்போது மீராவின் நடிப்பை ரசிக்க ஆரம்பித்தேன். பின்னர் இடைவேளைவரையிலும், மீரா ஜாஸ்மினின் குறும்பு ராஜாங்கம் தொடர்ந்தது. பிரின்ஸிபால் கண்டிக்கும்போது சிரிப்பை அடக்கிக்கொண்டு கண்களில் குறும்பு மின்னப் பேசுவதும், பிரின்ஸிபால் நல்லபடியாகப் பாரம்பரிய உடை உடுத்திக்கொண்டு வரும்படி கூறியவுடன், மறுநாள் மலையாள கிருஸ்துவ முதிய பெண்மணிகள் போல் வெள்ளை முண்டும், சட்டையும் உடுத்திக்கொண்டு நடக்கும் காட்சியும் ஒரு குறும்பின் தேவதை உதித்துவிட்டதை உறுதி செய்தது.

தமிழில் 'சண்டைக்கோழி' படத்தில் இயக்குனர் லிங்குசாமி மீரா ஜாஸ்மினின் பலம் எதில் உள்ளது என்பதைப் புரிந்துகொண்டு, மீரா ஜாஸ்மினின் கதாபாத்திரத்தை அற்புதமாக வார்த்திருந்தார். மீரா ஜாஸ்மினுக்கு முன்பும், பின்பும் குறும்பாக எராளமான பேர் நடித்திருந்தாலும், மீரா ஜாஸ்மினின் நடிப்பில் ஒரு பிரத்யேக அம்சம்... குறும்புக்கு நடுவே அவராலேயே சிரிப்பை அடக்கமுடியாமல் அடக்கிக்கொண்டு ஒரு வினாடி முகத்தில் ஒரு பாவத்தை காண்பிப்பார். உதாரணத்திற்கு சண்டைக்கோழி படத்தில் சாமி வந்தது போல் நடிக்கும்போது நடுவில் முகத்தில் காண்பிக்கும் பாவம், மீரா ஜாஸ்மினின் குறும்பு நடிப்பிற்கு மற்றொரு சிறந்த உதாரணம். 'அச்சுவின்ட அம்ம...' மலையாளப் படத்தில், மீரா ஜாஸ்மினின் குறும்புத்தனம் அனைத்தையும் சாறு பிழிந்து எடுத்தது போல் இருக்கும் 'எந்து பறஞ்சாலும்' பாடலில் மீரா ஜாஸ்மினின் முழு நடிப்புத்திறனைக் காணலாம்.

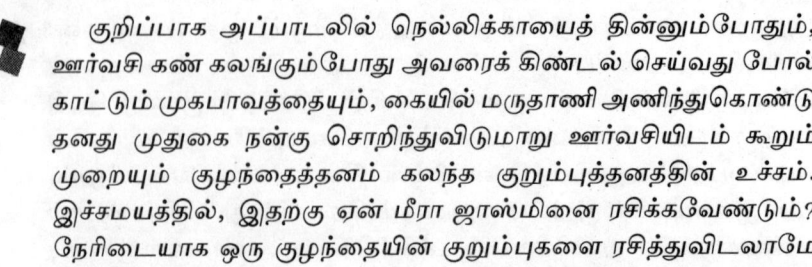

குறிப்பாக அப்பாடலில் நெல்லிக்காயைத் தின்னும்போதும், ஊர்வசி கண் கலங்கும்போது அவரைக் கிண்டல் செய்வது போல் காட்டும் முகபாவத்தையும், கையில் மருதாணி அணிந்துகொண்டு தனது முதுகை நன்கு சொறிந்துவிடுமாறு ஊர்வசியிடம் கூறும் முறையும் குழந்தைத்தனம் கலந்த குறும்புத்தனத்தின் உச்சம். இச்சமயத்தில், இதற்கு ஏன் மீரா ஜாஸ்மினை ரசிக்கவேண்டும்? நேரிடையாக ஒரு குழந்தையின் குறும்புகளை ரசித்துவிடலாமே என்று உங்களுக்குத் தோன்றும். உண்மைதான். ஆனால் ஒரு குமரிப்பெண்ணின் முகத்தில் குழந்தைத்தனம் சேரும்போது உருவாகும் அழகு... ஒரு தனி ரகம்.

'பெருமழைக்காலம்' படம் பார்க்கும் வரையிலும் மீரா ஜாஸ்மின் ஒரு குறும்புத்தனம் நிரம்பிய பெண்ணாக மட்டுமே என் மனதில் இருந்தார். ஆனால் 'பெருமழைக்காலம்' படத்தில் தனது கணவனது உயிரைக் காப்பாற்ற காவ்யா மாதவனிடம் மன்னிப்புக் கடிதம் கோரும் ஒரு இஸ்லாமியப் பெண்ணாக, மீரா ஜாஸ்மினின் நடிப்பு ஒரு சோக காவியம்.

மீரா ஜாஸ்மினுக்குப் பிறகு, மேலும் பல புதிய மலையாள நடிகைகள் வந்துவிட்டாலும் யாரும் மீரா ஜாஸ்மினை நெருங்க முடியவில்லை. அவ்வாறு புதிய நடிகைகள் வரும்போது, இன்னொரு கட்டுரை எழுதப்படும்.

11

பாலுமகேந்திரா: அழியாத கோலங்கள்

பாலுமகேந்திரா என் கதைகளைப் படித்ததே இல்லை. யார் அறிமுகப்படுத்தியும் நான் அவரைப் பார்க்க வரவுமில்லை. இருப்பினும் எழுத்தாளர் என்ற ஒற்றைச் சொல்லுக்கு அவர் கொடுத்த மரியாதை அது.

11

பிப்ரவரி 14, 2014. காதலர் தினம். கடைசி வரையிலும் வாழ்க்கையின் தீராக் காதலனாக வாழ்ந்த இயக்குனர் பாலுமகேந்திராவின் உடல் அன்றுதான் அடக்கம் செய்யப்படுவதாக இருந்தது. நான் நேரில் சென்று அஞ்சலி செலுத்தவேண்டும் என்று நினைத்தேன். ஆனால் அன்று அலுவலகத்தில் ஒரு முக்கிய வேலை இருந்தது. அதனால் அஞ்சலி செலுத்த செல்லவேண்டாம் என்று நினைக்கும்போதே மனதில் ஒரு குற்ற உணர்வு. ஏனெனில் ஒரு விஷயத்திற்காக, நான் தனிப்பட்ட முறையில் அவருக்குக் கடமைப்பட்டிருக்கிறேன். எனவே காலை எழுந்து எட்டு மணிக்கெல்லாம் கிளம்பி, சாலிக்கிராமத்தில் உள்ள பாலுமகேந்திராவின் சினிமா பட்டறைக்குச் சென்றேன்.

நான் சென்ற சமயத்தில் அதிகமாகக் கூட்டம் இல்லை. அந்த ஹாலுக்குள் நுழைந்தபோது கண்ணாடிப்பேழைக்குள் பாலுமகேந்திராவின் உடல். தலைமாட்டில் நடிகை அர்ச்சனா நின்றுகொண்டிருந்தார். அருகில் கவிஞர். நா. முத்துக்குமார், எழுத்தாளர் சுகா ஆகியோர் அமர்ந்திருந்தார்கள். அஞ்சலி செலுத்திவிட்டு வெளியே வந்தபோது இரண்டு மூன்று இளைஞர்கள் என்னை சூழ்ந்துகொண்டார்கள். அவர்கள் என் கதைகளைத் தொடர்ந்து படிப்பவர்கள். என்னோடு தொலைபேசியில் தொடர்பில் இருப்பவர்கள். அவ்வப்போது நேரிலும் சந்திப்பவர்கள். பாலுமகேந்திராவின் சினிமா பட்டறையின் முன்னாள் மற்றும்

இன்னாள் மாணவர்கள். அவர்களுக்கும் நான் பாலுமகேந்திரா மூலமாகவே அறிமுக மானேன். எப்படி?

சென்னையில் அவ்வப்போது நான் இலக்கியக் கூட்டங்களுக்குச் செல்வதுண்டு. அப்போது காவ்யா பதிப்பக அலுவலகத்தில் இலக்கிய கூட்டங்கள் இருக்கும். அதில் இயக்குனர் பாலுமகேந்திரா ஒரு கூட்டத்தில் கலந்துகொண்டு பேசினார். நவீன இலக்கியத்தின் மீது அவருக்கிருக்கும் தீராப்பற்று குறித்து அப்போதுதான் அறிந்துகொண்டேன். பிறகு பத்திகையாளர் ஞாநி அவர்களின் இல்லத்தில் நடைபெறும் 'கேணி' கூட்டத்திலும் அவர் பேசியதைக் கேட்டிருக்கிறேன். எழுத்தாளர்களின் மீதும், புத்தகங்கள் மீதும் அவருக்கிருக்கும் உயர்ந்த மரியாதையை நான் உணர்ந்துகொண்ட தருணம் அது.

2010 ஆம் ஆண்டு ஜனவரி புத்தகக் கண்காட்சியை முன்னிட்டு எனது காதல் கதைகள் மட்டும் கொண்ட 'தீராக்காதல்' புத்தகம் சிக்ஸ்த் சென்ஸ் பதிப்பகம் மூலமாக வெளி வர இருந்தது. அதற்கு முன்பு 2003ல் வெளிவந்த எனது 'மழைக்காலம்' மற்றும் 'தொலைந்த காலம்' ஆகிய இரண்டு புத்தகங்களும் முற்றிலும் கவனிக்கப்படாமல் போனதால், 'தீராக் காதல்' புத்தகத்திற்கு யாரேனும் பிரபல இயக்குனரிடம் முன்னுரை வாங்கி வெளியிடலாம் என்று நினைத்தேன். ஆனால் பிரபல இயக்குனர்கள் மட்டுமல்ல... அவர்களுக்குத் தெரிந்தவர்களைக் கூட எனக்குத் தெரியாது. யார் அறிமுகமுமின்றி நேரிடையாக நானே சென்றுதான் கேட்கவேண்டும் என்ற நிலையில், என் மனதில் முதலில் தோன்றிய பெயர் பாலுமகேந்திராதான்.

2009 அக்டோபர் மாதம். பாலுமகேந்திராவின் சினிமா பட்டறை அலுவலகம். பாலுமகேந்திரா அறைக்கு வெளியே

இருந்த ஒரு இளைஞரிடம், "நான் ஒரு எழுத்தாளர். பாலுமகேந்திராவைப் பார்க்க வேண்டும்" என்றேன். அவர், "நீ எழுத்தாளன் என்பதற்கு என்ன எவிடென்ஸ்?" என்பது போல் என்னைப் பார்க்க... நான் ஏற்கனவே வெளிவந்திருந்த எனது இரண்டு புத்தகங்களையும் அவரிடம் காண்பித்தேன். அவர் அந்தப் புத்தகங்களை வாங்கிக்கொண்டு உள்ளே சென்றார். அடுத்த நிமிடம் அறைக் கதவு திறந்தது. கதவைத் திறந்தது... அந்த இளைஞர் இல்லை. பாலுமகேந்திரா.

நான் வேகமாக 'வணக்கம்..' சொல்ல... என் அருகில் வந்து கை கொடுத்த பாலுமகேந்திரா 'வாங்க...' என்று உள்ளே அழைத்துச் சென்றார். என்னை உட்காரச் சொன்னார். அவரை உற்றுப் பார்த்தேன். அவருடைய அடையாளமான நீல நிற தொப்பி. கண்ணாடி. பரபரப்பற்ற அமைதியான முகம். எனது புத்தகங்களை ஒரு முறை பார்த்த பாலுமகேந்திரா, "உங்க கதைகள் எதையும் நான் படிச்ச மாதிரி ஞாபகமில்ல..." என்றார். அவர் வெளியே வந்து என்னை அழைத்துச் சென்றவுடன், எனது கதைகள் எதையாவது படித்திருப்பார் என்று நினைத்திருந்தேன். ஆனால் அவர் என் கதைகளைப் படித்ததே இல்லை. நான் யாரென்றே அவருக்குத் தெரியாது. யார் அறிமுகப்படுத்தியும் நான் அவரைப் பார்க்க வரவுமில்லை. இருப்பினும் எழுத்தாளர் என்ற ஒற்றைச் சொல்லுக்கு அவர் கொடுத்த மரியாதை அது என்பதைப் புரிந்துகொண்டவுடன் பாலுமகேந்திரா மீதான எனது மரியாதை அதிகரித்தது.

நான் என்னை அறிமுகப்படுத்திக்கொண்டு முன்னுரை வேண்டும் என்றேன்.

"காதல் கதைங்கிறீங்க. எதுக்கு இந்தக் கிழவன முன்னுரை எழுதச் சொல்றீங்க?" என்று கூறிவிட்டு எனது முகத்தை உற்றுப் பார்த்தார்.

நான், ''உங்களோட 'அது ஒரு கனாக்காலம்' படம் பாத்தப்ப உங்களை வயசானவரா நினைக்க முடில' என்றேன். திருப்தியுடன் புன்னகைத்த பாலுமகேந்திரா, ''ம்... உடம்புக்குதான் வயசாவுது. மனசுக்கு வயசாவறதில்ல...'' என்றார். மீண்டும் எனது புத்தகத்தைப் பார்த்தவர், ''நான் ஏதாவது ஒரு கதை படிக்கணும்ன்னா, இந்த புத்தகங்கள்லருந்து எந்தக் கதையை படிக்கலாம்?'' என்றார்.

நான் ஆனந்தவிகடன் வார இதழின் ஓவியச் சிறுகதைப் போட்டியில் முதல் பரிசு பெற்றிருந்த 'மழைக்காலம்'' கதையைச் சொன்னேன். உடனே புத்தகத்தைப் பிரித்தார். நிதானமாக படித்தார். சில இடங்களில் சிறு புன்னகை புரிந்தார். படித்து முடித்தவுடன் ''இதை நல்ல கதைன்னு சொல்லமாட்டேன். ஆனா நல்ல அழகான காதல் கதை'' என்றவர், '' நான் கதைகள படிச்சுப் பார்த்த பறகு பிடிச்சிருந்தால்தான் முன்னுரை தருவேன். அதுவும் இல்லாம இப்ப ஒரு சினிமா ஸ்க்ரிப்ட் வேலைல இருக்கேன். ரொம்ப டைம் ஆவும்'' என்றார்.

''எவ்வளவு நாள் சார் ஆவும்?'' என்றேன்.

''டைம்ல்லாம் சொல்லமுடியாது. ரொம்ப நாள் ஆவும்'' என்றார்.

''இல்ல சார்... வர்ற ஜனவரி மாசம் புத்தகக் கண்காட்சில கொண்டு வரலாம்ன்னு இருக்கேன்'' என்றேன்.

''அவ்வளவு சீக்கிரம்ல்லாம் முடியாது. நீங்க வேற யாரையாச்சும்...'' என்று யோசிக்க ஆரம்பித்தவர், ''யாராச்சும் புத்தகம் படிக்கிற டைரக்டரா இருக்கணும். மணி இங்கிலீஷ்தான் படிப்பான். பாரதிராஜா முதல்ல படிச்சிட்டிருந்தான். இப்ப படிக்கிறதில்ல. ம்... வசந்தப் பாருங்க. அவரு புத்தகம்ல்லாம் படிப்பாரு. எழுத்தாளருங்க மேல மரியாதை உள்ளவர்... பாத்து நான் சொன்னன்னு சொல்லுங்க. எழுதித் தருவான்''என்றார்.

பிறகு கிளம்பும்போது எனது புத்தகங்களை காண்பித்து, 'இதை நான் வைத்துக்கொள்ளட்டுமா?'' என்றார் ஒரு குழந்தை போல். ''வைத்துக்கொள்ளுங்கள் சார். உங்களுக்கு கொடுக்கத்தான் எடுத்துக்கொண்டு வந்தேன்'' என்றேன். 'இன்னொரு காப்பி இருக்குமா? என் இன்ஸ்ட்டிட்யூட் லைப்ரரியில் வைப்பதற்கு'' என்றார். நான் ஆச்சர்யத்துடன் கொடுத்து விட்டு வந்தேன்.

பாலுமகேந்திரா சொன்னபடி இயக்குனர் வசந்த் அவர்களைச் சந்தித்தேன். வசந்த் முன்னுரை எழுதித் தந்தார். அந்தப் புத்தகம்

சென்னைப் புத்தகக் கண்காட்சியில் நல்ல வரவேற்பைப் பெற்றது. இன்று வரையிலும் எனது 'தீராக்காதல்' வாசகர்களால் தொடர்ந்து வாங்கப்படும் புத்தகமாக இருக்கிறது. அதற்கு இயக்குனர் வசந்தின் முன்னுரையும் ஒரு முக்கியமான காரணம் என்பதை நன்றியோடு இச்சமயத்தில் நினைவுகூர்கிறேன். எனக்கு வசந்தைப் பார்க்கும் எண்ணமெல்லாம் இல்லை. பாலுமகேந்திராவின் அறிவுரைப் படியே அதனைச் செய்தேன். புத்தகம் வந்தவுடன் மீண்டும் பாலுமகேந்திராவைச் சந்தித்துப் புத்தகத்தைக் கொடுத்தேன். முன்பு கேட்டது போல் இன்னொரு காப்பி லைப்ரரிக்கு வாங்கி வைத்துக்கொண்டார். ஏறத்தாழ அரை மணி நேரம் பேசிக்கொண்டிருந்தார்.

தமிழ்த் திரைப்படங்கள் பற்றிக் கவலையோடு சில விஷயங்களைக் கூறினார். அப்போது நான் 'இதையெல்லாம் தாங்கள் நட்பிலிருக்கும் சக இயக்குனர்களிடம் கூறலாமே?" என்றேன். அதற்கு உடனே அவர், "இதையெல்லாம் பேசினா அப்புறம் பழகுறதையே குறைச்சுக்குவாங்க. ரொம்ப தனிமைப்பட்டு போயிடுவேன்... " என்றவர் சில வினாடிகள் யோசித்துவிட்டு, 'படங்களோட தரத்தோட அடிப்படைல பாத்தா இப்பவே தனிமைப்பட்டுத்தான் இருக்கிறேன்" என்றார்.

ஆம்... பாலுமகேந்திரா தமிழ் சினிமாவில் கடைசி வரையில் தரத்தின் அடிப்படையில் ஒரு தனிமைப்படுத்தப்பட்ட கலைஞனாகவே இருந்தார். அவருடன் சிறிது காலம் ஓடி வந்த இயக்குனர் மகேந்திரனும் ஒதுங்கிக்கொள்ள...

கடைசி வரையிலும் பாலுமகேந்திரா துணைக்கு ஆளின்றி தன்னந்தனியாகவே ஓடிக்கொண்டிருந்தார். கமலும் இது போன்ற பரீட்சார்த்தமான படங்களில் ஆர்வம் கொண்டிருந்தாலும் உணர்ச்சிகள், அவள் அப்படித்தான் போன்ற படங்களில் மட்டுமே நடித்துக்கொண்டிருந்தால் அவர் காணாமல் போயிருப்பார். அவ்வப்போது கமர்ஷியலாகவும் படங்கள் செய்து தன்னைத் தக்க வைத்துக்கொண்டார். அதுவே சரியான வழி என்றும் நினைக்கிறேன்.

ஆனால் பாலு மகேந்திரா 'நீங்கள் கேட்டவை' மற்றும் தெலுங்கில் ஒரு படம்... (தமிழில் அது டப்பாகி வந்தது) ஆகிய இரண்டு படங்களைத் தவிர, ஃபார்முலா மசாலா படங்களின் பக்கம் செல்லவே இல்லை. இடையில் படம் இல்லாமல் இருந்த போதும் கூட, தான் நினைத்த படங்களையே எடுக்கவேண்டும் என்பதில் பிடிவாதமாக இருந்தார்.

பாலுமகேந்திராவின் திரைப்படங்களில் அவர் தமிழில் முதன் முதலில் இயக்கிய 'அழியாத கோலங்களே' இன்றும் என் ஃபேவரைட். ஏனெனில் இன்று வரையிலும், விடலைப் பசங்களின் வாழ்வு குறித்து அது போல் அப்பட்டமாக, கலையுணர்வுடன் யதார்த்தமாகச் சித்தரிக்கும் ஒரு படம் தமிழில் வரவே இல்லை. அடுத்து வீடு... இதைத்தவிர மூடுபனி, மூன்றாம் பிறை, சதி லீலாவதி, மறுபடியும், ரெட்டைவால் குருவி ஆகிய படங்களும் எனக்குப் பிடித்த படங்களின் பட்டியலில் இருக்கிறது.

பாலுமகேந்திரா அளவிற்கு தமிழ் சினிமாவில் எழுத்தாளர்களுக்கு மரியாதை அளித்த, தொடர்ந்து நவீன இலக்கியத்துடன் பரிச்சயம் கொண்டிருந்த இயக்குனர் எனக்குத் தெரிந்து வேறு யாரும் கிடையாது. ஏனெனில் எழுத்து அவரை வார்த்தது. அவரது ரசனையைத் தீர்மானித்தது. வர்த்தகச் சமரசங் களுக்கு இடம் கொடுக்காது, தனது ரசனைப்படி மட்டுமே பிடிவாதமாக இறுதி வரை திரைப்படங்கள் எடுத்துக்கொண்டிருந்த பாலுமகேந்திரா பிப்ரவரி 13 அன்று தனது இறுதி மூச்சை நிறுத்திக்கொண்டார்.

ஒருமுறை டிவியைப் போட்டவுடன், திரையில் ஒரு திரைப்படக் காட்சி. இரண்டு வினாடிகள் கூட பார்த்திருக்கமாட்டேன். சட்டென்று 'ஏதோ பாலுமகேந்திரா படம்' என்றேன் மனைவியிடம். ஒரு நிமிடம் கழித்து அது பாலுமகேந்திரா படம்

என்று தெரிந்தது. 'எப்படி சொன்னீங்க?'' என்பது போல் என் மனைவி என்னைப் பார்த்தாள். இதில் நான் பெருமைப்பட ஏதுமில்லை. பாலுமகேந்திராவின் காட்சி சித்தரிப்பு முறையை அறிந்துகொண்டவர்களால் எளிதில் கண்டறியமுடியும். ஏனெனில் பாலுமகேந்திரா போன்ற கலைஞர்கள் தங்களுக்கென்று ஒரு மறக்கமுடியாத, நிரந்தரமான, அழியாத அடையாளங்களை உருவாக்கிக்கொள்கிறார்கள். பலரும் காலப்போக்கில் அந்த அடையாளங்களை இழக்கவும் செய்கிறார்கள். ஆனால் பாலுமகேந்திரா தனது அடையாளத்தைக் கடைசி வரையிலும் இழக்கவே இல்லை. ஏனெனில் அவர் ஒரு உண்மையான கலைஞன்.

12

விண்ணைத் தாண்டி வராத ஜெஸ்ஸிக்கள்

படம் முழுவதும், ஒரு ஆணும் பெண்ணும் மட்டும் ஊர் ஊராக, தெருத் தெருவாக, பக்கம் பக்கமாக வசனம் மட்டுமே பேசிக்கொண்டிருப்பதைப் படமாக எடுப்பதற்கு ஒரு தில் வேண்டும். அதை கௌதம் மேனன் தைரியமாகச் செய்திருக்கிறார். தைரியத்துக்குக் காரணம், எடுத்துக்கொண்ட விஷயம் அப்படி. லவ்... லவ்...லவ்...

12

தமிழகத்தில் உள்ள கோடானு கோடி ஜனங்களும், அந்த சாமியாருடன் இருந்த 'ஆர்' என்ற ஆங்கில எழுத்தில் தொடங்கும் நடிகை யார்? என்று கும்பல் கும்பலாக விவாதித்துக்கொண்டிருந்த அந்தப் பெண் மாலைப் பொழுதில், இவையொன்றையும் அறியாது, நான் காதல் மழையில் சொட்டச் சொட்ட நனைந்துகொண்டிருந்தேன். அன்றிரவு தான் 'விண்ணைத் தாண்டி வருவாயா?' படம் பார்த்தேன். முதல் ஃப்ரேமிலிருந்து, கடைசி ஃப்ரேம் வரை, இப்படித் திகட்டத் திகட்ட ஒரு காதல் படம் பார்த்து எத்தனை நாட்களாகிறது?

முதலில் கௌதம் மேனனுக்கு ஒரு சபாஷ். படம் முழுவதும், ஒரு ஆணும் பெண்ணும் மட்டும் ஊர் ஊராக, தெருத் தெருவாக, பக்கம் பக்கமாக வசனம் மட்டுமே பேசிக் கொண்டிருப்பதைப் படமாக எடுப்பதற்கு ஒரு தில் வேண்டும். அதை கௌதம் மேனன் தைரியமாகச் செய்திருக்கிறார். தைரியத்துக்குக் காரணம், எடுத்துக்கொண்ட விஷயம் அப்படி. லவ்... லவ்...லவ்... படம் முழுக்க காதல் மட்டுமே. இதுவே ஒரு அண்ணன்-தம்பி பாசக் கதையை எடுத்துக்கொண்டு, அவர்கள் ஊர் ஊராக தங்கள் பாசத்தைப் பற்றிப் பேசுவதாகப் படம் எடுப்பதைப் பற்றி நீங்கள் கற்பனை செய்து கூடப் பார்க்கமுடியாது. காதலை மட்டுமே இப்படி எடுக்கமுடியும். ரசிக்கவும் முடியும்.

கதை என்று பார்த்தால் பெரிதாக ஒன்றுமில்லை. திரைப்பட இயக்குனராக விரும்பும் சிம்பு, மாடி வீட்டுக்குப் புதிதாக வரும் தன்னை விட வயதில் மூத்த, கண்டிப்பான தந்தையைக் கொண்டுள்ள மலையாள, சிரியன் கிறிஸ்துவப் பெண்ணான த்ரிஷாவை விரட்டி விரட்டிக் காதலிக்கிறார். த்ரிஷா முக்கால்வாசிப் படம் வரை மறுத்துக்கொண்டே இருக்கிறார். பிறகு கொஞ்சூண்டு நேரம் காதலித்து விட்டு, சிம்புவிடமிருந்து பிரிந்து விடுகிறார். தன்னுடைய காதல் கதையை சிம்பு சினிமாவாக எடுக்கிறார். பிறகு அந்த வித்தியாசமான க்ளைமாக்ஸ்.

இந்த எட்டு வரிக் கதைக்கு நடுவே கதாநாயகனும், கதாநாயகியும் காதலைப் பற்றி, குடும்பத்தைப் பற்றி வளைத்து வளைத்துப் பேசிக்கொண்டேயிருக்கிறார்கள். இந்த உரையாடல்கள் மட்டும் கொஞ்சம் மொக்கையாக இருந்திருந்தாலும் ரசிகர்கள் கும்பல் கும்பலாகக் கையில் கல்லுடன் கௌதம் மேனனைத் தேடியிருப்பார்கள். ஆனால் கௌதம் மேனன் தனது சுவாரஸ்யமான, துள்ளலான, காதல் ததும்பும் அவ்வப்போது சற்று ஹைகூக்கான வசனம் மூலம் படத்தை ரசிக்கும்படி செய்துவிடுகிறார். உதாரணத்திற்கு த்ரிஷா, சிம்புவிடம் கூறும் ‘உன் கண்கள் வழியா அவங்க என்னப் பாக்கல போலருக்கு.’ என்ற வசனம். இவ்வாறு படம் நெடுக, பியூட்டி பார்லரில் இருந்து சற்று முன் வெளிவந்த பெண்கள் போல், பளிச் பளிச் வசனங்கள். அதில் மட்டும் சொதப்பியிருந்தால், மொத்தப் படமும் கோவிந்தா.

சிம்புவுக்கு இந்தப் படம் ஒரு மிகப் பெரிய ஜம்ப். அந்த உயர் நடுத்தர வர்க்க, காதலில் தவிக்கும் இளைஞன் வேடத்துக்குள் தன்னைக் கச்சிதமாகப் பொருத்திக்கொண்டிருக்கிறார் கைகளை

ஆட்டாமல், ஓவர் ஆக்டிங் இல்லாமல் கவனமாகச் செய்திருக்கிறார். த்ரிஷா... காலையில் ஏழு மணிக்கு, காலேஜ் பஸ்சுக்காகக் காத்திருக்கும், இன்ஜினீயரிங் காலேஜ் இளம் லெக்சரர் போல ஃப்ரெஷ்ஷாக இருக்கிறார். க்ளோஸ் அப்பில் காண்பிக்கும்போது மட்டும் கன்னங்களின் கீழ்பகுதியில் காலம் வரைந்த கோடுகள். மற்றபடி காதலுக்கும், வீட்டுக்கும் நடுவே சிக்கித் தவித்து, கடைசியில் காதலைத் துறக்கும் இந்திய உயர் நடுத்தர வர்க்கப் பெண்ணை அட்டகாசமாகத் திரையில் கொண்டு வந்திருக்கிறார்.

இப்படத்தில் பெரிய வித்தியாசமான கதையெல்லாம் ஒன்றுமில்லை. இருந்தாலும் ஏன் ரசிக்கிறார்கள்? இந்தப் படம்தான் என்றில்லை. அநேகமாக உலகிலேயே அதிகக் காதல் படங்கள் எடுக்கப்படும் தேசம், இந்தியாவாகத்தான் இருக்கும். அதுவும் பெருவெற்றி பெற்ற காதல் படங்களை எடுத்துக்கொண்டால், அது பெரும்பாலும் காதல் தோல்வியடைந்த படங்களாகவே இருக்கும். தேவதாஸில் ஆரம்பித்து அழகி, ஆட்டோகிராஃப், காதல்... என்று வரிசையாக உதாரணங்களைக் கூறலாம். என்ன காரணம்?

சமீப காலமாக, நம் சமூகத்தில் ஒரு கருத்து நிலவுகிறது. இப்போது காதல் திருமணங்கள் அதிகரித்துவிட்டன. காதலுக்கு இப்போது சமூகத்தில் மிகப் பெரிய எதிர்ப்பு இல்லை என்று பலரும் நினைக்கிறார்கள். இதைப் போன்றதொரு அபத்தமான மாயை எதுவும் இல்லை. காதல் திருமணங்கள் அதிகரித்திருக்கிறது

என்றால், முன்பை விட அதிகரித்திருக்கிறது அவ்வளவுதான். மற்றபடி இன்றும் 90 சதவீத திருமணங்கள், ஏற்பாடு செய்யப்பட்ட திருமணங்கள்தான். உலகிலேயே மேட்ரிமோனியல் விளம்பரங்கள் அதிகம் வரும் ஒரு நாட்டில் இருந்துகொண்டு, காதல் திருமணம் ஜாஸ்தியாகிவிட்டது என்று கூறுவது சுத்த அபத்தம்.

உண்மையில் என்ன மாற்றம் நடந்துள்ளது என்றால், பெரிய நகரங்களில் மட்டும் நல்ல வேலையில் இருக்கும் ஆணும் பெண்ணும் காதலித்து, அதிலும் இருவரும் சம அளவு துட்டுப் பார்ட்டியாக இருந்தால் மட்டுமே ஜாதி, மதத்தை மீறிக் காதல் திருமணங்கள் நடக்கின்றன. அதுவும் சிற்சில போராட்டத்துக்குப் பிறகே நடக்கிறது. இன்னும் கிராமப்புறங்களிலும், சிற்றூர்களிலும் காதலிப்பவர்கள் படும் பாடு...கொடுமை. இதைப் பற்றித் தெரிந்துகொள்ள நீங்கள் செய்தித்தாள்களைப் படித்தாலே போதும். நமது சமூகத்தில் காதலுக்கான எதிர்ப்பு இன்னும் எந்தளவிற்கு வலுவாக வேரூன்றியுள்ளது என்பதற்கு இவையெல்லாம் உதாரணங்கள். ஆனால் எதிர்ப்பை மீறி வெளியே வருபவர்கள் மிகச் சிலர்தான். மற்றபடி மிகப் பெரும்பாலான காதலர்கள், காதலித்துவிட்டுத் தங்கள் பெற்றோர்களை மீறி வர முடியாமல் வேறு நபர்களைத் திருமணம் செய்துகொண்டு செல்பவர்கள்தான் அதிகம்.

இது தொடர்பாக சமீபத்தில் நெட்டில் படித்த ஜோக்(?) இது: லவ் மேரேஜுக்கும், அரேஞ்ஜ்டு மேரேஜுக்கும் என்ன வித்தியாசம்? லவ் மேரேஜில் அவர்கள் காதலித்த நபர்களைத் திருமணம் செய்துகொள்வார்கள். அரேஞ்ஜ்டு மேரேஜில் பிறரால் காதலிக்கப்பட்ட நபர்களைத் திருமணம் செய்துகொள்வார்கள். நமது இந்திய சமூகத்தின் நிலையைப் பிரதிபலிக்கும் ஸ்டேட்மென்ட் இது. இதனால்தான் உருப்படியாக எடுக்கப்பட்ட காதல் தோல்விப் படங்கள், நம் தேசத்தில் வெற்றி பெறுகிறது. இது போன்ற படங்களோடு ரசிகர்களால், தங்களை ரிலேட் செய்துகொள்ள முடிகிறது. தங்கள் வாழ்க்கையோடு ஒப்பிட்டுப் பார்க்கிறார்கள். ரசிக்கிறார்கள். நெகிழ்கிறார்கள். ஊரெல்லாம் சொல்கிறார்கள். படம் ஓடுகிறது.

'விண்ணைத்தாண்டி வருவாயா' படத்தின் வெற்றிக்கும் இதுதான் காரணம். இது ஒரு கம்ப்ளீட் இந்தியக் காதல் கதை. எப்படியென்றால்... நம் ஊரில் பெண்கள், பிற படங்களில் காண்பிப்பது போல் இரண்டு சீன் ஹீரோவைப் பார்த்துவிட்டு,

உடனடியாக எல்லாம் காதலில் விழமாட்டார்கள். காதல் கூட நமது பெண்களுக்கு வந்துவிடும். ஆனால் அதை ஒப்புக்கொள்ள வைப்பதுதான் மிகப் பெரும்பாடு. அது ஒரு பொறுமையான, நீண்ட ப்ராசஸ். பெரும்பாலான பெண்கள், உள்ளுக்குள் காதல் இருந்தாலும் குடும்பத்தை நினைத்து அதை வெறும் ஓரப் பார்வைகளிலும், இதழோரச் சிரிப்புகளிலும் மட்டுமே வெளிப்படுத்திவிட்டு, உடனடியாக வீட்டை நினைத்துக் காதலைப் போட்டுப் புதைத்துவிடுகிறார்கள்.

ஆனால் சிம்பு போல் தளராமல் முயற்சி செய்யும்போது, சிலர் அந்த பிரேக்கிங் பாயின்ட்டைக் கடந்து காதலிக்க ஆரம்பிப்பார்கள். ஆனால் அதற்குப் பிறகும் கூட வீடா? காதலா? என்று மிகப் பெரிய ஊசலாட்டத்திலேயே இருப்பார்கள். அதனால் ஒவ்வொரு முறை பார்க்கும்போதும், மாற்றி மாற்றிப் பேசி மண்டை காய வைத்துவிடுவார்கள். இந்தியப் பெண்களின் இந்தக் குழப்பத்தை, த்ரிஷா பாத்திரத்தில் கௌதம் மேனன் மிகவும் அற்புதமாகக் கொண்டுவந்திருக்கிறார். எனக்குப் படத்தில் மிகவும் பிடித்த அம்சம் இதுதான். இதைத் தமிழ்ப் படத்தில் இவ்வளவு விரிவாக யாரும் சொன்னதில்லை என்று நினைக்கிறேன்.

இப்படத்தில் த்ரிஷா, கோவாவில் ஷுட்டிங்கிலிருக்கும் சிம்புவுக்குப் போனைப் போட்டு "உடனே வா, எங்காவது

ஓடிவிடுவோம் என்கிறார். இரண்டு நாள் கழித்து வந்தால், வேண்டாம்... பிரிந்துவிடுவோம் என்கிறார். உண்மையில் இப்படித்தான் பல பெண்களும் இருக்கிறார்கள். பிரச்சினை என்னவென்றால், அவர்களுக்குக் காதலனும் வேண்டும், வீட்டார் மனமும் புண்படக்கூடாது. எந்த சமயத்தில் எந்த உணர்வு தூக்கலாக இருக்கிறதோ, அதற்கேற்றாற் போல் செயல் படுவார்கள். இந்த நுணுக்கமான விஷயத்தை கௌதம் மேனன் இந்தப் படத்தில் அற்புதமாகக் கையாண்டிருக்கிறார். இதுவே இந்தப் படத்தை, மற்ற காதல் படங்களிலிருந்து வேறுபடுத்திக் காண்பிக்கிறது. இவ்வாறு காதல் தோல்வி புனைவுகள் எப்போதும் மனிதர்களை நினைவுக் கடலில் ஆழ்த்தி, அவர்களை அந்தப் படைப்போடு மிகவும் நெருக்கமாக்கிவிடுகிறது.

நான்கு ஆண்டுகளுக்கு முன்பு, ஆனந்த விகடனில் எனது 'தீராக் காதல்'என்ற சிறுகதை வெளிவந்தது. அதில் இன்ஜினீயரிங் காலேஜில் படிக்கும் ஒரு மாணவன், ஒரு மாணவியை ஒருதலையாகக் காதலிக்கிறான். அவளிடம் அந்தக் காதலைச் சொல்லவே இல்லை. இருவருக்கும் வேறு வேறு நபர்களுடன் திருமணமாகி, 15 வருடங்களுக்குப் பிறகு கொடைக்கானலில் சந்திக்கின்றனர். அப்போது அவன் குடிபோதையில் தான் அவளைக் காதலித்த விஷயத்தைக் கூறுகிறான். அப்போது அவளும், அவனைக் காதலித்ததாகவும் சொல்லாமலே இருந்து விட்டதாகவும் கூறுகிறாள். 15 ஆண்டுகளுக்குப் பிறகு இருவரும் தங்கள் காதலை வெளிப்படுத்திக்கொண்டு பிரிந்துவிடு கின்றனர். இதுதான் கதை.

அப்போது விகடன் அலுவலகத்தில் எனது தொலைபேசி எண்ணை விசாரித்து, ஒரு வாசகர் என்னைத் தொலைபேசியில் தொடர்புகொண்டார். முக்கால் மணி நேரம் அந்தக் கதையைப் பற்றிப் பேசிவிட்டுதான் ஓய்ந்தார். 'இத்தனை வருஷம் கழிச்சு சொல்லிக்கிட்டாங்க பாருங்க சார்... அதான் சார் சூப்பர். நீங்க இந்தியாவில் சொல்லித் தோற்ற காதலை விட, சொல்லாமல் தோற்ற காதலே அதிகம்'னு எழுதியிருந்தீங்க பாருங்க. ரொம்ப வாஸ்தவமான பேச்சு சார்...'என்றார். எல்லாம் பேசி முடித்தவுடன், 'உங்கள் வயது என்ன சார்?' என்றேன். அதற்கு அவர்... ''65'' என்றார். நான் அசந்து போனேன்.

இதே கதையைப் படித்துவிட்டு இன்னொரு பெண்மணி, 'அந்த க்ளைமாக்ஸ் ரொம்ப நல்லா இருந்துச்சு. இத்தனை வருஷம் கழிச்சு,

அந்தப் பொண்ணுக்கு அப்படி ஒரு அதிர்ஷ்டம்' என்றார். நன்கு கவனியுங்கள். அதிர்ஷ்டம். இந்தப் பெண்மணிக்குத் திருமணமாகி, பெண் கல்லூரியில் படித்துக்கொண்டிருக்கிறாள். இந்த வயதில் எப்படி இவர்களால் இந்தக் கதையை ரசிக்க முடிந்தது. மிகவும் சிம்பிள். இவர்கள் வாழ்க்கையில் நிச்சயமாகச் சொல்லாத ஒரு காதல் இருக்கிறது. அதை அந்தக் கதாநாயகனும், கதாநாயகியும் இத்தனை வருடம் கழித்துச் சொல்லிக்கொண்டபோது, அவர்களுக்குப் பயங்கர சந்தோஷம். நமக்கு இந்த அதிர்ஷ்டம் கிடைக்கவில்லையே என்கிறார்கள்.

எனவே காதல் படங்களின் படைப்பாளிகள், அவற்றின் வெற்றிக்கு யாருக்கேனும் நன்றி சொல்லவேண்டுமென்றால், இன்னும் கட்டுப்பட்டியான நமது சமூகத்துக்குத்தான் நன்றி சொல்லவேண்டும். ஜாதி, மதம், அந்தஸ்து என்று பார்த்து, காலம் காலமாகக் காதலர்களைப் பிரித்துக்கொண்டிருக்கும் நமது பெற்றோர்களின் பார்வை மாறாத வரை, இது போன்ற படங்கள் நிச்சயம் வெற்றியை ஈட்டும்.

படம் முடிந்து வெளியே வந்தபோது, பக்கத்து டீக்கடையிலிருந்து 'மறுபடியும்' திரைப்படத்தில் எனக்கு மிகவும் பிடித்த 'எல்லோரும் சொல்லும் பாட்டு' என்ற பாடலிலிருந்து சில வரிகள் காதில் விழுந்தது:

> காவியம் போலொரு...
> காதலைத் தீட்டுவான்.
> காரணம் ஏதுமின்றி...
> காட்சியை மாற்றுவான்.
> ரயில் சிநேகமாய்...
> புயலடித்த மேகமாய்...
> கலைந்து வந்து கூடும்
> பின் ஓடும்
> நாம் கூத்தாடும் கூட்டமே...

— உயிரோசை இணைய இதழ்
மார்ச், 2010

13
மஞ்சு

ஸ்ரீப்ரியா கமலின் மனைவியிடம், "பெண்கள் சுதந்திரத்தைப் பத்தி நீங்க என்ன நினைக்கிறீங்க?" என்று கேட்பார். அதற்கு அவர் மலங்க, மலங்க அழகாக விழித்தபடி, "அதைப் பத்தில்லாம் எனக்கு ஒண்ணும் தெரியாதுங்க" என்பார். அதற்கு ஸ்ரீப்ரியா, "அதான் நீங்க சந்தோஷமா இருக்கீங்க..." என்பார்.

13

எரிந்து போன வீடு.. முறிந்து போன உறவுகள்... கலைந்து போன கனவுகள்... சுமக்கமுடியாத சோகங்கள்... மீண்டும் ஒரு முறை மஞ்சு இறந்துபோனாள். இந்த சாவை சகித்துக்கொள்ள மஞ்சுவால்தான் முடியும். அவள் பிறப்பாள். இறப்பாள். இறப்பாள். பிறப்பாள்... அவள் அப்படித்தான்.

'அவள் அப்படித்தான்' திரைப்படத்தின் இறுதிக்காட்சி வசனம்.

கடந்த 10.2.16 அன்று இரவு, நண்பர் தம்பிச் சோழன் எனக்குப் பின்வரும் எஸ்.எம்.எஸ்ஸை அனுப்பியிருந்தார்: நடிப்பு இதழுக்காக உங்களிடமிருந்து ஒரு கட்டுரை எதிர்பார்க்கிறேன். தமிழ் சினிமாவில் உங்களுக்குப் பிடித்த பெண் கதாபாத்திரம் குறித்து ஒரு கட்டுரை கிடைக்குமா?

தம்பிச்சோழன் ஏன் இப்படிச் செய்தார் என்று எனக்குத் தெரியவில்லை. அவர் இந்த எஸ்.எம். எஸ்ஸை எனக்கு அனுப்பியபோது நேரம், நள்ளிரவு, மிகச்சரியாக 12.01. நான் விளக்கை அணைத்துவிட்டுப் படுத்த அடுத்த வினாடி அந்த எஸ்எம்எஸ் வந்தது. நள்ளிரவு 12 மணிக்கு பெண் கதாபாத்திரங்களை நினைவுபடுத்தும் தம்பிச் சோழன் நல்லவரா? கெட்டவரா? அப்புறம் என்ன... ராத்திரி தூக்கம் அவுட்.

அபூர்வ ராகங்கள் "ஸ்ரீவித்யா, சலங்கை ஒலி ஜெயப்ரதா, பசி ஷோபா, சிந்து பைரவி சுஹாசினி, உதிரிப்பூக்கள் அஸ்வினி, முதல்

மரியாதை ராதா, அவள் அப்படித்தான் ஸ்ரீப்ரியா என்று ஏராளமான கதாபாத்திரங்கள் இரவு என்னைத் தூங்க விடாமல் அடித்து, கடைசியில் இறுதிப்போட்டியில் முதல் மரியாதை ராதாவுக்கும், அவள் அப்படித்தான் ஸ்ரீப்ரியாவுக்கும் இடையே கடும்போட்டி நிலவியது. இறுதியில் 1 பந்து, 1 ரன், 1 விக்கெட் பேலன்ஸ். ஸ்ரீப்ரியா கடைசியாக அந்த யார்க்கரை வீசினார். ராதா க்ளீன் போல்ட். ஜெயித்தது 'அவள் அப்படித்தான்' ஸ்ரீப்ரியா அல்ல. 'அவள் அப்படித்தான்' மஞ்சு.

நான் தினமும் அலுவலகம் விட்டு, சென்னை, கடற்கரைச் சாலை வழியாகத்தான் வருவேன். அப்போது விவேகானந்தர் இல்லத்தைக் கடக்கும்போதெல்லாம், இரண்டு விஷயங்கள் தவறாமல் நினைவுக்கு வரும். முதலாவதாக, எழுத்தாளர் சுஜாதா. காந்தி சிலையிலிருந்து, விவேகானந்தர் இல்லமிருக்கும் திசை நோக்கி வரும் பிளாட்ஃபார்மில், முழுக்கைச் சட்டையை இன் பண்ணிக்கொண்டு, மெதுவாக நடந்து வரும் சுஜாதாவை பல நாட்கள் பார்த்திருக்கிறேன். அடுத்து நினைவுக்கு வருவது... கட்டுரையின் துவக்கத்தில் கூறப்பட்டுள்ள 'அவள் அப்படித்தான்' வசனம். இப்படத்தின் இறுதிக்காட்சியில், விவேகானந்தர் இல்லத்திற்கு எதிரே சாலையோரம் ஸ்ரீப்ரியா நிற்க... பின்னணியில் இந்த வசனம் ஒலிக்க ஆரம்பித்து... அப்படியே கேமிரா ஜூம் அவுட் ஆகி கடற்கரைச் சாலை போக்குவரத்தோடு படம் முடியும் (அதே சாலையில் ராணி மேரி கல்லூரிக்கு அருகில் வரும் சிறிய சாலையில் நுழைந்து நேராகச் சென்றால், லாயிட்ஸ் காலனி வரும். அங்குதான் 'அவள் அப்படித்தான்'' படத்தின் இயக்குனர் ருத்ரய்யா நீண்ட நாட்கள் வசித்தார்).

சில ஆண்டுகளுக்கு முன்பு, எழுத்தாளர் நாகார்ஜுனன் தனது வலைதளத்தில், தமிழ் சினிமா பற்றிய ஒரு சிறு கேள்வித்தாளை தயாரித்து, அதற்கு விடையளிக்குமாறு கோரியிருந்தார். அதில் ''தமிழின் சிறந்த படம் எது?'' என்ற கேள்விக்குப் பெரும்பாலானோர், 'அவள் அப்படித்தான்'' என்று பதிலளித்திருந்ததைப் பார்த்தபோது எனக்கு மிகவும் சந்தோஷமாக இருந்தது. ஏனெனில் எனது ரசனைப்படியும், தமிழின் மிகச்சிறந்த திரைப்படம் என்று நான் 'அவள் அப்படித்தான்' திரைப்படத்தையே சொல்வேன் (இரண்டாவது சிறந்த படம் நாயகன்). தமிழில் நான் மிகவும் ரசித்துப் பார்த்த பல படங்கள் இருக்கின்றன. இதை விட வலுவான கதையம்சம் உள்ள பல படங்கள் உள்ளன. ஆனால், அவள் அப்படித்தான் திரைப்படத்தின் கதாநாயகியாக ஸ்ரீப்ரியா நடித்த, 'மஞ்சு' கதாபாத்திரமே, அப்படத்தை தமிழின் தலைசிறந்த படமாக்குகிறது.

ஒரு சோரம் போன தாயின் மகளாக வளரும் மஞ்சு, இரண்டு காதலன்களால் ஏமாற்றப்பட்டு, பிறகு அருணைச் (கமல்) சந்தித்து, அவர் மீது காதலாகி, கடைசியில் அவரையும் இழக்கும் கதை... இந்த மஞ்சுவை, இயக்குனர் ருத்ரய்யா சித்தரித்திருந்த விதமே, மஞ்சுவை தமிழ் சினிமாவின் முக்கியமான பெண் கதாபாத்திரமாக்குகிறது. மஞ்சுவின் கதாபாத்திரத்தை, நீங்கள் அப்படம் வெளிவந்த கால கட்டத்தோடு ஒப்பிடவேண்டும்.

இந்திய அரசியல், சமூக வரலாற்றை கூர்ந்து பார்த்தால் ஒரு விஷயத்தை கவனிக்கலாம். 1970-கள் பெரும் மாற்றங்களின்காலம். சுதந்திரப் போராட்டக்காலத் தலைவர்கள் மறைந்து, அடுத்தத் தலைமுறைத் தலைவர்கள் பொறுப்பேற்றுக்கொண்ட காலம். சுதந்திரத்திற்கு பிறகு கல்வியறிவு பெற்ற முதல் தலைமுறை அரசுப் பணிகளிலும், தனியார் நிறுவனப் பணிகளிலும் அமர்ந்து, நடுத்தர வர்க்கம் அதன் முழுமையான பரிமாணத்தை அடைந்திருந்த காலம். அரசியல், சமூக, குடும்ப அமைப்புகள் குறித்து, சமூகக் கோபம் கொண்ட புத்திசாலி இளைஞர்கள் கேள்விகள்எழுப்பத்தொடங்கிய காலம்.பணிக்குச்செல்லும் முதல் தலைமுறைப் பெண்கள் உருவான காலம். (அதற்கடுத்த மாற்றம் 1990களில்சந்தைப் பொருளாதாரகாலகட்டத்தில்நிகழ்ந்தது).இந்த காலக்கட்டத்தில்தான், 1978ல் 'அவள் அப்படித்தான்' திரைப்படம் வெளியானது. இக்காலகட்டத்தில் பெரும்பாலான பெண்கள் எப்படியிருந்தார்கள்?

அவள் அப்படித்தான் படத்தில் ஒரு காட்சியில் மஞ்சு, அருணிடம், "நீங்க எதைப் பத்தி படம் எடுக்கிறீங்க? என்பார். அதற்கு அருண், "அசடுகளைப் பற்றி... ஐ மீன்... பெண்களைப் பற்றி" என்பார். அப்போது பெண்களின் நிலை அப்படித்தான் இருந்தது. கணவனிடம் கன்னத்தில் அறை வாங்கிக்கொண்டு, அடுத்த நிமிடம் கண்ணீரைத் துடைத்தபடி கணவர்களுக்கு காபி போட்டுக் கொடுத்தார்கள். ஐயாயிரம் ரூபாய் சம்பாதித்துக் கொடுத்து விட்டு, பஸ் காசுக்காக கணவனிடம் கையேந்தி நின்றார்கள். "நீ அழகா இருக்க' என்ற ஆண்களின் மூன்றே வார்த்தைகளில் கிறங்கிப்போய் மனதை பறிகொடுத்தார்கள். இந்த அசட்டுத்தனத்திலிருந்து ஒரு சில பெண்களாலேயே வெளியே வர முடிந்தது.

அவ்வாறு வெளி வந்த பெண்களின் மனதில், இந்த சமூகம்... குறிப்பாக ஆண்கள், பெண்களை பார்க்கும் பார்வை குறித்து ஏராளமான கேள்விகள் இருந்தது. ஆனால் நமது பழமைவாத சமூகம் அக்கேள்விகளை கேட்கவிடாமல், அவர்களின் உச்சந்தலையில் அடித்து உட்கார வைத்தது. அவ்வாறு கேட்க முடியாத பெண்களின் பிரதிநிதியாக, அவள் அப்படித்தான் 'மஞ்சு', ஆண்களை நடுரோட்டில் நிற்க வைத்து, கழுத்துச் சட்டையை உலுக்கிக் கேட்டாள். திரைப்படம் போன்ற ஒரு பெரும் வெகுஜன ஊடகத்தில், தமிழில் எழும்பிய முதல் பெண் இன்டெலக்ச்சுவல் குரல் மஞ்சு.

'அவள் அப்படித்தான்' படத்தில், பெண்களின் நிலை குறித்து ஆவணப்படம் எடுக்கும் அருணுக்கு, அருணுடைய நண்பன் தியாகுவின்(ரஜினி) விளம்பர நிறுவனத்தில் பணிபுரியும் மஞ்சு உதவி செய்வார். அருண் ஆதரவற்ற அபலைப் பெண்களுக்கு மறு வாழ்வளிக்கும், ஒரு சமூக சேவகியிடம் பேட்டி எடுக்கச் செல்வார். அப்போது அந்தப் பெண்மணி, "பொதுவா நான் இந்த மாதிரி பேட்டியெல்லாம் கொடுக்கறதில்ல' என்பார். அதற்கு மஞ்சு, "இதுக்கு முன்னாடி, உங்கள யாராச்சும் பேட்டி எடுக்க வந்துருக்காங்களா என்ன?" என்று கேட்கும்போதே, மஞ்சு கொஞ்சம் வேற டைப் என்று தெரிந்துவிட்டது. தொடர்ந்து அப்பெண்மணி படப்பிடிப்புக்கு முன்பு, "மேக்கப் போட்டுக்கணும்" என்று கூற... அதற்கு மஞ்சு, "நீங்க எப்பவும் போட்டுப்பீங்களே... இந்த சொஸைட்டி மேக்கப்... அதை போட்டுகிட்டா போதும்..." என்று அடுத்த கணையை வீசுவார். தொடர்ந்து, "ஆத்ம திருப்திக்காகத்தான் அபலைப் பெண்களுக்கு

சேவை செய்கிறேன்'' என்று கூறும் சமூக சேவகியிடம், மஞ்சு, ''அப்ப... உங்களுக்கு தொடர்ந்து ஆத்ம திருப்தி ஏற்படணும்ன்னா, நிறைய பெண்கள் தொடர்ந்து அபலைகளாகிகிட்டே இருக்கணும் இல்ல?'' என்று கேட்கும்போது அருணுடன் சேர்ந்து நாமும் மிரண்டுபோகிறோம்.

மஞ்சுவுடன் பணிபுரியும் சந்திரன், மஞ்சுவை உரசிக்கொண்டு நிற்க... அவனை உற்றுப் பார்க்கும் மஞ்சு.... ''சந்திரன்... என் கூட படுத்துக்கச் சொன்னா, படுத்துப்பியா?'' என்பார் அதிரடியாக. அரண்டுபோன சந்திரன், ''அய்யய்யோ.... நீங்க என் அக்கா மாதிரி'' என்பார். 'அக்கா மேல கண்ட இடத்துல கை படக்கூடாது'' என்று வெடித்துச் சிதறுவாள் மஞ்சு. அதே போல் உடன் பணிபுரிபவர்கள், மஞ்சுவை நிர்வாணமாக வைத்து விளம்பரப்படம் எடுக்கலாம் என்பது போல் பேச... மஞ்சு அவர்களிடம் சண்டை போடுவார். அப்போது அங்கு வரும் தியாகு(ரஜினி) ''என்ன பிரச்னை?'' என்று கேட்க.... மஞ்சு, ''என்னை துச்சாதானம் பண்ணிகிட்டிருக்காங்க. இந்த நேரத்துல கண்ண பரமாத்மாவப் கூப்பிடாம நானே என்னைக் காப்பாத்திகிட்டிருக்கேன்'' என்பார். அதைத் தொடர்ந்து தியாகுவிடம் சண்டைப் போட்டுக்கொண்டு, மஞ்சு வேலையை ராஜினாமா செய்துவிடுவார். அருண், தான் தியாகுவிடம் பேசி மீண்டும் அவளை வேலையில் சேர்த்துவிடுவதாகக் கூற... வேண்டாம் என்று மறுக்கும் மஞ்சு, பிறகு தானாகவே வேலையில் சேர்ந்துவிடுவாள். இதனால் அதிர்ச்சியடையும் அருண், மஞ்சு விடமிருந்து விலகி நிற்கிறார். நீண்ட நாட்கள் கழித்து மஞ்சுவை சந்திக்கும் அருண், ''உங்களுக்குத் தேவை ஒரு ஆண்தான்ங்கிற மாதிரி எல்லாரும் பேசிக்கிறாங்க'' என்று கூறுகிறான். அவ்வாறு கூறியவன் தியாகுதான் என்று யூகித்துக்கொள்ளும் மஞ்சு, அவனுடனே ஒரு பார்ட்டிக்கு செல்லப் போவதாகக் கூற... வெறுத்துப்போன கமல், தன் தந்தையின் அழைப்பின் பேரில், சென்னையை விட்டுச் செல்ல முடிவெடுக்கிறான்.

அவ்வாறு செல்வதற்கு முன்பு மஞ்சுவின் தோழியைச் சந்திக்கும் அருண், மஞ்சுவைப் பற்றிக் கூறும் பின்வரும் வசனம் நமக்கு மஞ்சு வைக் குறித்த முழுமையான சித்திரத்தை அளிக்கும்:

''நான் மஞ்சுவை விரும்புறேன். ஆனா அவங்களோட இத்தனை நாளா பழகுறேன். என்னால அவங்களப் புரிஞ்சுக்க முடியல. அவங்களோட கொள்கை, அவங்களோட நடவடிக்கை... இதையெல்லாம் என்னால புரிஞ்சுக்க முடியல. நான்

நினைக்கிறேன்... அவங்கள தள்ளியிருந்துதான் ரசிக்கமுடியும். உடைமையாக்கிக்கவோ, உறவு கொண்டாடவோ முடியாது. அவங்க கூண்டுல அகப்பட்ட புலி மாதிரி. வெளிய இருந்துதான் பாக்கமுடியும். உள்ள போயா ரசிக்கமுடியும்?''

பார்ட்டியில் தன்னை அணுகும் ரஜினியை அறைந்துவிட்டு வெளியேறும் மஞ்சு, அருணிடம் தன் காதலைச் சொல்ல வருகிறாள். ஆனால் அதற்குள் அருண் சென்னையிலிருந்து: சென்றுவிடுகிறார். படத்தின் இறுதிக்காட்சியில், அருண் ஒரு அப்பாவிப் பெண்ணைத் (சரிதா) திருமணம் செய்து: கொண்டு சென்னை வருவார். அவர்களை மஞ்சுவும், தியாகுவும் வரவேற்று காரில் அழைத்துச் செல்வார்கள். அப்போது மஞ்சு, கமலின் மனைவியிடம், ''பெண்கள் சுதந்திரத்தைப் பத்தி நீங்க என்ன நினைக்கிறீங்க?" என்று கேட்பார். அதற்கு அவர் மலங்க, மலங்க அழகாக விழித்தபடி, ''அதைப் பத்தில்லாம் எனக்கு ஒண்ணும் தெரியாதுங்க'' என்பார். அதற்கு மஞ்சு, ''அதான் நீங்க சந்தோஷமா இருக்கீங்க... '' என்று கூறிவிட்டு காரிலிருந்து இறங்கிக்கொள்வார்..

மஞ்சு கூறுவது, பரிபூரண உண்மை. அப்படம் வெளிவந்து 38 ஆண்டுகளுக்கு பிறகும் கூட அதுதான் உண்மையான நிலை. தனக்கு நடப்பதை எல்லாம் அப்படியே ஏற்றுக்கொண்டு, எதிர்கேள்வி எழுப்பாமல் வாழும் சராசரிப் பெண்களால் மட்டுமே இங்கு சந்தோஷமாக வாழ இயலும். இந்தியா போன்ற, இன்னும் ஆணாதிக்க மனோபாவத்திலிருந்து முற்றிலும் விடுபடாத நாட்டில், ஒரு பெண் அறிவுஜீவியாக வாழ்வது என்பது மிக மிக கடினமான விஷயம். சராசரி பெண்களே மிகுந்த வேதனைகளை எதிர்கொள்ளும் இச்சமூகத்தில், அறிவுஜீவிப் பெண்களாக வாழ்வது என்பது, 'ரஜினி முருகன்' தியேட்டர் வாசலில் சத்யஜித்ரே ஃபோட்டோவை விற்பது போன்றதாகும்.

இந்த மஞ்சுவை ஏன் எனக்கு மிகவும் பிடித்தது? முதலாவதாக, முகதாட்சண்யம் கருதி நாம் கேட்காமல் விட்டக் கேள்விகளை, மிகவும் கூர்மையான வார்த்தைகளால் படம் முழுவதும் மஞ்சு கேட்டுக்கொண்டே இருக்கிறாள். நாம் மிகவும் புனிதமாகக் கருதும் அன்பு, பாசம், காதல், உறவுகள்... அனைத்தும் எவ்வளவு போலியானவை என்று நடு மண்டையில் போட்டு உடைக்கிறார். பிரச்னைகளை மனத்துணிவோடு எதிர்கொண்டு, அதிலிருந்து மீண்டு வந்து மீண்டும் அவளால் ஒரு புதிய வாழ்க்கையைத் துவங்க முடிகிறது. இவை எல்லாவற்றையும் விட,

மிகவும் முக்கியமான விஷயம் ஒன்று இருக்கிறது. மஞ்சு பாத்திரத்திற்கு இணையாக... அல்லது அதை விட வலுவான பெண் கதாபாத்திரங்கள் தமிழ் சினிமாவில் சித்தரிக்கப்பட்டுள்ளது. ஆனால் அக்கதாபாத்திரங் களை இன்றைய காலகட்டத்தோடு ஒப்பிடும்போது, அவர்கள் அன்னியமாக, இன்றைய யதார்த்தத்திற்குப் பொருந்தாமல் இருக்கிறார்கள். ஆனால் மஞ்சு கதாபாத்திரம், இந்த 2016-லும் ஒரு சமகால கதாபாத்திரமாகத் தோன்றுகிறது. ஏனெனில் இன்றும், மஞ்சு போன்ற பெண்களின் நிலை இதுதான்.

இவ்வளவு தூரம் சொல்லிவிட்டு, மஞ்சுவின் கதாபாத்திரத்தில் அற்புதமாக நடித்த ஸ்ரீப்ரியா பற்றி சொல்லாவிட்டால், இந்த துர்முகி ஆண்டு, எனக்குச் சிறப்பாக அமையாது. என்ன ஒரு இயல்பான, அட்டகாசமான நடிப்பு. எப்போதும் முகத்தில் தொனிக்கும் அந்த லேசான அலட்சியம், சுரீரென்று ஏற்படும் கோபம், வெடுக் வெடுக் என்று வசனங்களை உச்சரிக்கும் லாகவம்... உச்சகட்டமாக சிவச்சந்திரனிடம் தான் ஏமாந்த கதையை கமலிடம் கூறிவிட்டு கழிவிரக்கம், துயரம், கோபம்... என்று ஸ்ரீப்ரியா வெளிப்படுத்தும் கலவையான உணர்ச்சிகள், தமிழ் சினிமாவின் உச்சத் தருணங்களில் ஒன்று. ஆனால் இப்படத்தில் நடித்த ஸ்ரீப்ரியாவின் நடிப்பு பற்றி அதிகமாகப் பேசப்பட்டதாக தெரியவில்லை. 'அவள் அப்படித்தான்' திரைப்படத்தின் இயக்குனர் ருத்ரய்யா இறந்தபோது, அவருக்கு ஒரு அஞ்சலிக்கூட்டம் நடந்தது. அப்போது அக்கூட்டத்தில் உரையாடிய ஸ்ரீப்ரியாவிடம் ஒரு பார்வையாளர், ''இந்தப் படத்தில், நீங்கள் அற்புதமாக நடித்திருந்தீர்கள். இதற்காக சக நடிகைகள் அப்போது உங்களைப் பாராட்டினார்களா?'' என்று கேட்டார். அதற்கு ஸ்ரீப்ரியா 'அவள் அப்படித்தான்' மஞ்சு போல் வெடுக்கென்று, ''யாரும் பாராட்டலீங்க. ருத்ரய்யா மாதிரி செத்து போன பிறகு, இந்த மாதிரி கூட்டம் நடத்தி பாராட்டுவாங்க'' என்றார்.

ஸ்ரீப்ரியா போன்று, பிரபலமான ஒரு நடிகையிடமிருந்து அந்த வார்த்தைகளைக் கேட்டபோது, எனக்கு மிகவும் வருத்தமாக இருந்தது. கலைஞர்கள் பணத்தை எல்லாம் கடந்து வந்த பிறகு, நம்மிடமிருந்து அங்கீகாரம் ஒன்றை மட்டுமே கோருகிறார்கள். அவர்களுடைய கலை வெற்றி பெற்றதற்கான அங்கீகாரம் அது.

- 'நடிப்பு காலாண்டிதழ் - 2016'

14
மைனா

இந்த படத்தில் சில குறைகள் இருந்தாலும், வகுப்பில் நன்றாகப் படிக்கும் பையன் குறும்புகள் செய்தால், ஆசிரியர் பேருக்குக் கடனேயென்று, 'ஏய்' என்று ஒரு அதட்டு அதட்டிவிட்டு விட்டுவிடுவது போல் இதையும் விட்டுவிடலாம்.

14

தமிழ் சினிமாவில் வெகுஜன ரசிகர்களும், நல்ல திரைப்படங்களும் சந்திக்கும் ஒரு ரகசியப் புள்ளி எப்போதுமே இருந்து வந்திருக்கிறது. ஆனால் அந்தப் புள்ளியைக் கண்டுபிடிப்பதென்பது, அமாவாசை இருட்டில் கறுப்பாட்டைத் தேடுவது போன்றதாகும். முந்தைய தலைமுறையில் பாலுமகேந்திரா, மகேந்திரன், பாரதிராஜா, மணிரத்னம் போன்ற இயக்குனர்கள் இந்த கறுப்பாடைக் கண்டுபிடித்து, மாலை போட்டு, வெற்றிகரமாக ஊர்வலம் விட்டனர். இடைப்பட்ட காலத்தில் சில வேங்கைகள் அந்தக் கறுப்பாடைத் துரத்திவிட... நீண்டதொரு இடைவெளிக்குப் பிறகு இயக்குனர் பாலா மீண்டும் அதைக் கண்டுபிடித்து, தோளில் தூக்கிப் போட்டுக்கொண்டு வெற்றிகரமாக வலம் வந்துகொண்டிருக்கிறார்.

பாலா போட்ட பாதையில் சேரன், பாலாஜி சக்திவேல், கௌதம் மேனன், செல்வராகவன் வசந்தபாலன், அமீர், மிஷ்கின், ராம் ('கற்றது தமிழ்'), சசி, வெற்றிமாறன், அறிவழகன், சற்குணம் (யாரையாவது விட்டுவிட்டேனா? இப்போது நிறையப் பேர் வந்துவிட்டார்கள்.) என்று ஒரு படையே தமிழ் சினிமாவுக்கு ஒரு புதிய முகத்தை அளிக்கத் துவங்கியது. இந்தப் படையில் சமீபத்திய வரவு இயக்குனர் பிரபு சாலமன்.

சரியோ, தவறோ தமிழில் நேட்டிவிட்டி சினிமாக்களுக் கென்று ஒரு ஃபார்முலா உருவாகிவிட்டது. இதை ஆரம்பித்து வைத்தவர் தங்கர்பச்சான். தங்கர்பச்சான் தனது 'அழகி' படத்தில், சிறுவர்களின், விடலைப் பருவத்தினரின் யதார்த்தமான உலகத்தை, கிராமத்துப் பின்னணியில் ஒரு காதல் கதையுடன் சொன்னபோது அது மிகவும் புதிதாக இருந்தது. ஆனால் அதைத் தொடர்ந்து வந்த நேட்டிவிட்டி படங்கள் அந்தக் கதையின் அடிநாதமாக இருந்த மனதை உலுக்கிய உணர்வுகளை விட்டு விட்டு, வெறும் சூழலை மட்டுமே கணக்கில் எடுத்துக்கொண்டன ('பருத்தி வீரன்' விதிவிலக்கு.). இதன் விளைவாக நேட்டிவிட்டி படங்கள் என்றால், கட்டாயம் பின்வரும் காட்சிகள் இருந்தே ஆகவேண்டும் என்ற முடிவுக்கு வந்தனர்:

காதலர்கள் பல் முளைக்காத காலத்திலிருந்தே காதலிக்க வேண்டும். அவர்கள் கொஞ்சூண்டு வளர்ந்து கல்லாங்காயும், பல்லாங்குழியும் விளையாடவேண்டும் (அது ஏன் நமது நேட்டிவிட்டி சினிமாப் பையன்கள், சக ஆண் பிள்ளைகளோடு விளையாடவே மாட்டேன் என்கிறார்கள்?) மாந்தோப்பில் திருட்டு

மாங்காய் அடிக்கவேண்டும். பிறகு சைக்கிள் சக்கரமோ, மாட்டு வண்டி சக்கரமோ உருண்டுகொண்டிருப்பதைச் சில வினாடிகள் காண்பித்தவுடன், அவர்கள் பெரியவர்களாகிவிடுவார்கள். பிறகு நன்கு திமுதிமுவென்று வளர்ந்திருக்கும் கதாநாயகிகளுக்குத் திடீரென்று மரத்தடியில் வயிற்றுவலி வந்து, வயசுக்கு வரவேண்டும். கூடவே பச்சை ஓலை, புட்டு சமாச்சாரங்களையும் சேர்த்துக்கொண்டால் நேட்டிவிட்டிக்கு 100சதவீத உத்தரவாதம் கிடைக்கும். அப்புறம் நான்கடி நடந்த பிறகு கதாநாயகி திரும்பி, தனது அழுக்கு நாயகனைக் கிக்காக ஒரு பார்வை பார்க்கவேண்டும்(இதில் ஹீரோவோடு சேர்ந்து நாமும் சொக்கிப் போகிறோம் என்பது வேறு விஷயம்.). ஊரில் பெரியவர்களைக் கேவலமாகப் பேசுதல், அரிவாள் வெட்டு... ஊரே ஒன்று சேர்ந்து துரத்துதல் போன்றவற்றையும் சேர்த்துவிட்டால், ஐஎஸ்ஓ 9000 சான்றிதழ் பெற்ற நேட்டிவிட்டி சினிமா ரெடி. சொல்ல மறந்துவிட்டேன் பாருங்கள். இந்தக் காதலர்கள் சிறுவர்களாக இருக்கும்போது விளையாடும் கிராமத்து விளையாட்டுகளைக் கொண்ட ஒரு பாடல் மட்டும் இல்லாவிட்டால், சுப்ரீம் கோர்ட்டிலிருந்து அரெஸ்ட் ஆர்டர் வந்துவிடுமோ என்று பயந்துகொண்டு, கட்டாயம் அப்படி ஒரு பாடலையும் சேர்த்துவிடுகிறார்கள்.

இவ்வாறு இந்த ஃபார்முலா சலிப்பூட்ட ஆரம்பித்திருக்கும் சமயத்தில்தான் 'மைனா' வெளிவந்துள்ளது. மைனா ஆரம்பித்த கொஞ்ச நேரத்திலேயே நான் மேற்சொன்ன பாட்டு வந்துவிட... எனக்கு அழுகையே வந்துவிட்டது.ஆஹா... மாட்டிக்கிட்டோமேடா... என்று நான் நொந்து, நுங்கான சமயத்தில், சற்றும் எதிர்பாராமல் பிரபு சாலமன் முற்றிலும் புதிய வேறு ஒரு திசையில் கதையை நகர்த்திக்கொண்டு சென்று சபாஷ் போட வைக்கிறார்.

தேனி மாவட்ட மலைக்கிராமத்தில் வசித்து வரும் படிக்காத, அழுக்கு, முரட்டுப் பையனான சுருளிக்கு, மைனா மீது சிறுவயதிலிருந்தே வெறித்தனமான காதல். மைனாவின் அம்மா வேறு ஒருவருக்கு மைனாவைத் திருமணம் செய்து வைக்க முயற்சிக்க, அவரைத் தாக்கிவிட்டு கொலை முயற்சி வழக்கில் சிறைக்குச் செல்கிறான் சுருளி. ஒரு அடங்காப்பிடாரி மனைவியுடன் வாழும் அச்சிறையின் வார்டன், தலை தீபாவளிக்காக முரட்டுத்தனமான மாமனார் வீட்டுக்குச் செல்ல

இருக்கிறார். இந்நிலையில் தனது காதலிக்கு நடக்கவிருக்கும் திருமணத்தைத் தடுப்பதற்காகச் சிறையிலிருந்து தப்பிச் செல்கிறான் சுருளி. தீபாவளியைக் கொண்டாடாமல் அவனைத் தேடிக் கண்டுபிடிக்கும் வார்டனும், தம்பி ராமையாவும் சுருளியுடன், மைனாவையும் அழைத்துக்கொண்டு ஒரு மலைப் பயணத்தைத் துவக்குகின்றனர். இறுதியில் திடுக்கிடும் அந்த க்ளைமாக்சுடன் படம் முடிவடைகிறது.

சில மாதங்களுக்கு முன்பு நண்பர்களுடன் முதன் முதலாக தேனி மாவட்டத்திற்குச் சுற்றுலா சென்றிருந்தேன். மேகமலைக்குச் செல்வதற்கு சின்னமனூரில் இறங்கினோம். மேகமலைக்கு பஸ் மிகவும் அரிதாகத்தான் கிடைக்கும் என்றார்கள். காரைக் கூப்பிட்டால், சாலை மிகவும் மோசம். சென்று வந்தால் கார் ரிப்பேராகிவிடும் என்று வர மறுத்தார்கள். ஒருவர் மட்டும் 2500 ரூபாய்க்கு ஒப்புக்கொண்டார். மலை ஏற... ஏற... நொந்து போனோம். குறுகலான, மிகவும் மோசமான, குண்டும் குழியுமான சாலைகள்.மேலும் மலைச்சாலைகளில் பக்கச் சுவர்களும் கிடையாது. சற்று ஸ்லிப்பானாலும் எமன் எட்டிவிடும் தொலைவில் இருந்தார். கிட்டத்தட்ட நடந்து செல்லும் வேகத்தில்தான் காரை ஓட்ட முடிந்தது. அதைவிடக் கொடுமை, ஏற, ஏற ஏதேனும் பசுமையான காட்சிகள் தென்படும் என்று பார்த்தால், அங்கங்கு காய்ந்துபோன மரங்களே கண்ணில் பட்டன. நான்தான் பிடிவாதம் பிடித்து அழைத்து வந்திருந்ததால் நண்பர்கள் என்னை முறைத்தார்கள். ‘வரும்டா... அவசரப்படாதீங்கடா’ என்று சொல்லிக்கொண்டே வந்தேன். டிரைவரும், “இருங்க சார்... அவசரப்படாதீங்க சார்... என்றதால் சற்று நம்பிக்கையுடனே சென்றோம்.

ஏறத்தாழ 40 கிலோமீட்டர் தூரத்தைக் கடக்க 4 மணி நேரம் பிடித்தது. இப்போது ஆங்காங்கே தேயிலைத் தோட்டங்கள் கண்ணில் பட ஆரம்பித்தன. ஆனால் இவ்வளவு சிரமப்பட்டு வந்ததற்கு ஏற்றதாக எதுவுமே இல்லை. ஓரிடத்தில் வண்டியை நிறுத்திய டிரைவர், ஒரு மேட்டில் ஏற்றிச் சென்று, ‘அங்க பாருங்க’ என்று கையை நீட்டினார். கடவுள் திடீரென்று ஒரு திரையை விலக்கி ஒரு வினாடியில், ஒரு சொர்க்கத்தைக் காட்டியது போல் இருந்தது.விழிகள் விரிய... மனது நிறைய... ஒருவர் தோளை ஒருவர் பிடித்துக்கொண்டு பேச்சு வராமல் நின்றுவிட்டோம். நீங்கள் கவனித்திருக்கிறீர்களா? வாழ்க்கையின் மிகவும்

அற்புதமான கணங்களைக் கடக்கும்போது, நாம் பெரும்பாலும் மௌனமாகவே இருந்துவிடுவோம். ஒரு பள்ளத்தாக்கு முழுவதும் கொட்டிக் கிடந்த பசுமை. சரியாக நடுவில் ஒரு ஏரி... சுற்றிலும் மனித நடமாட்டமில்லாத ஈரச்சாலைகள். ஏரியின் ஓரம் ஒரு சர்ச். ஒரு துளி மனித நடமாட்டம் இல்லை. நான் ஒன்றும் சொல்லாமல் பெருமையுடன் நண்பர்களைப் பார்த்தேன்.

இந்த ஆள் நடமாட்டமில்லாத ஊரில் இருந்தது இரண்டே கடைகள், ஒன்று பேச்சியம்மாள் மெஸ், மற்றொன்று டாஸ்மாக். இந்தியாவின் கடைசி குடிமகனுக்கும் அனைத்தும் கிடைக்கவேண்டும் என்பதுதான் நமது லட்சியமென்றாலும், குறைந்தபட்சம் கடைசி குடிமகனுக்குக் குடியையாவது கொடுக்க முடிந்திருக்கிறதே என்று சந்தோஷப்பட்டுக் கொள்வதைத் தவிர வேறு வழியில்லை.

பிறகு தேனி மாவட்டத்தின் சுருளியருவி... கம்பம்... கேரளா-தமிழ்நாடு பார்டர் என்று பல பகுதிகளுக்குச் சென்றோம். அப்போதெல்லாம், தமிழ்நாட்டிலேயே இன்னும் தமிழ் காமிராவால் கன்னி கழிக்கப்படாத இவ்வளவு அழகான மலைக்கிராமப் பிரதேசங்கள் எல்லாம் இருக்கின்றனவே... இதையெல்லாம் விட்டுவிட்டு ஏன் எங்கெங்கோ ஓடுகிறார்கள் என்று நினைத்துக்கொண்டேன்.

அந்தக் குறையைப் போக்க வந்துள்ள படம் ‘மைனா’. அந்தப் பகுதிகளில் இரண்டு நாள் மட்டும் திரிந்த போதே போக்குவரத்துக்கு மிகவும் கஷ்டப்பட்டோம். உள்கட்டமைப்பு வசதிகளும் மிகவும் குறைவு. இந்நிலையில் அப்பகுதியில் ஒரு முழுநீளத் திரைப்படம் எடுப்பதற்கு எவ்வளவு கஷ்டப்பட்டிருப்பார்கள் என்பதைப் புரிந்துகொள்ள முடிகிறது. இந்தப் படத்தை எடுப்பதற்கு முன்பு, பிரபு சாலமனின் குழுவினர் ஏறத்தாழ12000 கிலோ மீட்டர் சாலைகளில் பயணித்ததாக பிரபு சாலமன் கூறியிருக்கிறார். இப்படத்தின் நிலக்காட்சிகள் தமிழுக்கு மிகவும் புதிது. காட்டுக்குள் கடவுள் எழுதி வைத்த அந்த இயற்கைக் கவிதைகளை ஒளிப்பதிவாளர் சுகுமாரன் அபாரமாகப் படம் பிடித்திருக்கிறார். பல சமயங்களில் கதையை விட்டுவிட்டு, பின்னணிக் காட்சிகளிலேயே கவனம் சிதறிவிடுகிறது. படத்தின் முதல் கதாநாயகன் சுகுமாரனின் காமிராதான்.

அடுத்து கதைக்கு வருவோம். நான் அடிக்கடி நண்பர்களிடம் சொல்வதுண்டு. தமிழ் சினிமாக்களின் செகண்ட் ஆஃபை ரிப்பேர்

செய்வதற்கென்று ஒரு கடை வைத்தால் நன்றாக ஓடுமென்று. பல நல்ல படங்களும் செகண்ட் ஆஃபில் என்ன செய்வதென்று தெரியாமல் தடுமாறி, தத்தளித்து, பிறகு கடவுள் விட்ட வழி என்று விட்டுவிடுகிறார்கள். மைனா படத்திலோ முதல் பாதிதான் கொஞ்சம் சலிப்பாக இருக்கிறது. நான் இக்கட்டுரையின் நான்காம் பத்தியில் சொல்லியிருந்த ஒரே மாதிரியான க்ளிஷே காட்சிகள் வந்து, சரி... அவ்வளவுதான் என்ற முடிவுக்கு வந்துவிட்டேன். ஆனால் வார்டனின் திமிர் பிடித்த மனைவி, அவருடைய குடும்பத்தினர், தீபாவளிக்கு முந்தைய தினத்தன்று சுருளி தப்பித்துப் போதல் என்று காட்சிகள் திசை மாற... அதன் பிறகு பிரபு சாலமன் படத்தை டாப் கியரில் கிளப்பிக்கொண்டு போய் விட்டார்.

கதாநாயகன் வித்யார்த்திற்கு நல்ல ஆரம்பம். தனக்கு அளிக்கப்பட்ட பாத்திரத்தின் தன்மையை உணர்ந்து, அந்த வெறித்தனமான காதலை நன்கு திரையில் கொண்டு வந்திருக்கிறார். டைட்டில் ரோலில் நடித்திருக்கும் அமலா பால், 'சிந்து சமவெளி' படத்தில் நடித்ததன் மூலமாகத் தன்மீது படிந்து விட்ட கறையை, தனது ஒற்றைப் பார்வையில் துடைத்து வீசி எறிந்துவிட்டார். அமலா பாலின் கண்கள் காதலில் கரைகிறது. சிரிக்கிறது.அழுகிறது. குமுறுகிறது. கொந்தளிக்கிறது. தவிக்கிறது. தத்தளிக்கிறது.நம்மையும் தத்தளிக்க வைக்கிறது. தமிழ் சினிமாவிற்கு இன்னொரு ஹோம்லியான பெண் முகம்.

அடுத்து தம்பி ராமையா, கொஞ்சம் காமெடி, கொஞ்சம் இரக்கம், கொஞ்சம் வில்லத்தனம் என்று கலந்து கட்டி அடித்திருக்கிறார். மூணாறு வீதியில் தகராறு செய்யும் சுருளியிடம், 'சுருளி சார்... ' என்று கெஞ்சி சமாதானம் செய்துவிட்டு, 'வாழ்க்கைல முதமுதலா ஒரு அக்யூஸ்ட சார்ன்னு சொல்ல வச்சிட்டான் சார்... ' என்று குமுறும்போது தியேட்டரில் கைத்தட்டல் அள்ளுகிறது. தம்பி ராமையாவுக்கு தமிழ் சினிமாவில் ஒரு ரவுண்டு இருக்கிறது. வார்டனாக வரும் சேது, தீபாவளிக்கு மாமனார் வீட்டிற்குச் செல்லாததால் எதிர்கொள்ள வேண்டிய பிரச்சினை குறித்த கவலையை நிரந்தரமாக முகத்தில் தேக்கியபடி, நடக்கும் சம்பவங்களோடு ஒன்ற முடியாமல் விலகி, நெருக்கடியான சந்தர்ப்பங்களில் ஆவேசப்பட்டு... என்று நன்றாகவே நடித்திருக்கிறார். நான்கைந்து காட்சிகளே வந்தாலும், சேதுவின் மனைவியாக வரும் சூசனின் நடிப்பு அபாரம். கண்களில்

என்ன ஒரு குரோதம். எதிர்காலத் தமிழ் சீரியல் வில்லி ரோல்கள் சூசனுக்குக் காத்திருக்கிறது.

தமிழ் சினிமாவில் நவம்பர் காற்றாக வீசியிருக்கும் மைனாவின் முதல் பலம் முற்றிலும் புதிய பின்னணி. அடுத்து தமிழ் சினிமாவுக்குப் புதிதான இரண்டாம் பாதி. தேர்ந்தெடுத்த லொக்கேஷன்கள், கிட்டத்தட்ட அனைவரையும் புதுமுகங்களாக வைத்துக்கொண்டு இப்படி ஒரு படம் எடுக்கத் துணிந்த தைரியம், அதிக வன்முறையின்றி காட்சிகளை நகர்த்தியிருக்கும் விதம், பொதுவான ரசிகர்களிடம், ஒரு இறுக்கமான படத்தைப் பார்க்கிறோம் என்ற உணர்வைத் தடுக்க அவ்வப்போது தூவியிருக்கும் நகைச்சுவை... என்று பிரபு சாலமன் இப்படத்தில் வெற்றி பெற்றிருக்கிறார்.

ஆனால் முதல் பாதியில் பிரபு சாலமன் இன்னும் கொஞ்சம் மெனக்கெட்டிருக்கலாம். குறிப்பாக, அந்தச் சிறுவர்கள் பகுதியை எல்லாம் கட் செய்துவிட்டு, சுருளிக்கும், மைனாவுக்கும் இடையேயான காதலை மட்டும் இன்னும் சுவையான, அழுத்தமான சம்பவங்கள் மூலமாக விளக்கியிருந்தால், பிற்பகுதியில் அந்தக் க்ளைமாக்ஸ் இன்னும் பலமாக நம்மைத் தாக்கியிருக்கும். அடுத்து கதையின் முக்கியமான திருப்பு முனையில் இருந்த பெரிய லாஜிக் ஓட்டை. எல்லா விமர்சனங்களிலும் இதைச் சுட்டிக்காட்டிவிட்டார்கள்(இவ்வளவு மோசமான மனைவியை வைத்துக்கொண்டு, சேது ஏன் மைனாவைத் தன் வீட்டுக்கு அழைத்துச் சென்றார்?). இந்தக் குறைகள் எல்லாம் இருந்தாலும், வகுப்பில் நன்றாகப் படிக்கும் பையன் குறும்புகள் செய்தால், ஆசிரியர் பேருக்குக் கடனேயென்று, 'ஏய்' என்று ஒரு அதட்டு அதட்டிவிட்டு விட்டுவிடுவது போல் இதையும் விட்டுவிடலாம்.

'லீ', 'கொக்கி', 'லாடம்' போன்ற படங்களில் மூலமாக கவனிக்கப்படாத பிரபு சாலமன், ஒரு வித்தியாசமான பின்புலத்தை எடுத்துக்கொண்டு, மிகுந்த கஷ்டப்பட்டு, ஒரு காதல் பயணத்தின் துர்முடிவை ரசிக்கும்படி எடுத்து, வர்த்தக வெற்றியுடனும் ஒரு சிறப்பான படத்தைத் தரமுடியும் என்பதை நிருபித்திருக்கிறார். 'மைனா' தமிழ் சினிமா ஆரோக்கியமான திசையில் பயணித்துக் கொண்டிருப்பதற்கான மற்றொரு அடையாளம்.

- உயிரோசை இணைய இதழ்
நவம்பர் 2010

15
தனியாவர்த்தனம்

மகத்தான திரைப்படங்கள் என்பவை, படம் முடிந்த பிறகும் நம் மனதில் தொடர்ந்து ஓடிக்கொண்டே இருக்கும்.

ஏனோ தெரியவில்லை... நமக்குப் பிடித்த விஷயங்கள் பலவும், முதலில் மோசமாகவே நமக்கு அறிமுகமாகிறது. எனக்கு மிகவும் நெருக்கமான சில நண்பர்களின் முதல் சந்திப்பு கசப்பாகவே இருந்திருக்கிறது. அது போல,பிற்காலத்தில் எனக்கு மிகவும் பிடித்தமான மலையாளப் படங்களும், மோசமாகவே எனக்கு அறிமுகமானது.

எல்லாத்தமிழர்களுக்கும் அறிமுகமானது போல், எனக்கும் மலையாளப் படங்கள் காலைக் காட்சி காமப்படங்களாகவே அறிமுகமானது. அடுத்து அறிமுகமான மலையாளப் படங்கள், தூர்தர்ஷனில் காண்பிக்கப்படும் அவார்டு படங்களாகும். அப்போதெல்லாம் தூர்தர்ஷன் தேசிய ஒளிபரப்பில் மதியம் ஒன்றேகால் மணிக்கு, காது கேளாதவர்களுக்கான சிறப்புச் செய்திகளை ஒளிபரப்புவார்கள். அந்த செய்தி முடிந்தவுடன், விருது பெற்ற திரைப்படங்களை ஆங்கில சப்டைட்டிலுடன் ஒளிபரப்புவார்கள்(இப்போது இப்படங்களை லோக்சபா என்றொரு சானலில், ஒரு தீவிரவாத இயக்கச் செயல்பாடு போல அதிரகசியமாக ஒளிபரப்பிக் கொண்டிருக்கிறார்கள்).

இப்படங்களில்வரும்கதாபாத்திரங்கள், மௌனமே மகத்தான ஆயுதம் என்பதில் ஆழ்ந்த நம்பிக்கை கொண்டவர்கள். மிகவும்

15

அபூர்வமாகத்தான் பேசுவார்கள். நீண்ட தூரம் நான்கு பேராக நடந்து சென்றால் கூட, வாயைத் திறக்காமல் நடந்துகொண்டே இருப்பார்கள். கதை சரியாகப் புரியாது. ஏதோ கொஞ்சம் புரிவது மாதிரி தோன்றி, நிமிர்ந்து உட்காரும்போது, டப்பென்று படம் முடிந்துவிடும். நாம் வாயிலிருந்து பீப்பியைப் பிடுங்கிய குழந்தை போல் தேமேவென்று விழித்துக்கொண்டு அமர்ந்திருக்கவேண்டும். அப்போது நாங்கள் பார்த்த ஒரு படு ஸ்லோவான படத்தை மறக்கவே முடியாது.

அப்படத்தின் துவக்கத்தில் ஒரு பெரியவர், ஒரு வீட்டின் பின்பக்கத்தில் மெதுவாக நடந்து வருவதைக் காண்பித்துக்கொண்டே இருந்தார்கள். இது ஒரு ரெண்டு நிமிஷத்துக்கு ஓடியது. பிறகு அந்தத் தாத்தா ஒரு குளத்தின் படிக்கட்டில் ஒவ்வொரு படியாக இருபது படிகள் இறங்குவதை, அப்படியே காண்பித்தார்கள். ஒரு வழியாகக் கீழே இறங்கிய தாத்தா, தண்ணியை அலசி மொள்ளுவதை ஒரு நிமிடம் காண்பித்தார்கள். பிறகு தாத்தா அந்தத் தண்ணி சொம்பைத் தூக்கியபடி 20 படிகளும் ஏறுவதை, ஒவ்வொரு படியாகக் காட்டிக்கொண்டே இருந்தார்கள். ஒருவழியாக தாத்தா 19ஆவது படியில் ஏறியவுடன், நான் என் தம்பியைப் பார்த்து நிம்மதியாகப் புன்னகைக்க... அவன் டிவியைப் பார்த்து, அய்யய்யோ... தாத்தா சொம்பக் கீழப் போட்டுட்டாரு... என்று பதறினான்.

தாத்தா கீழே சொம்பைப் போட்டதற்கு இவன் ஏன் இவ்வளவு பதறவேண்டும் என்று வேகமாக டிவியைப் பார்த்தேன். என் தம்பியின் பதட்டத்திற்கு காரணம் இருந்தது. நான் நினைத்தது போல் தாத்தா சொம்பை மேலே ஏறி தரையில் போடவில்லை. அவர் இருபதாவது படிக்கட்டிலேயே போட்டுவிட்டார். எனது பிரியத்திற்குரிய நண்பர்களே... அந்த சொம்பு இப்போது

19 படிக்கட்டிலிருந்து ஒவ்வொரு படியாகக் கீழே இறங்கி நீரில் விழுந்து மிதந்தது. தாத்தா மீண்டும் படி இறங்கி நீரை மொள்ளுவதைத் காண்பிப்பார்களோ என்ற பயத்தில் பாய்ந்து போய் டிவியை நிறுத்திவிட்டோம்.

இதுபோன்று அறிவுஜீவிகள் நிகழ்த்தும் அச்சமூட்டும் கலவரங்களுக்கு நடுவே, கலவரங்களிடையே குழந்தையைக் காப்பாற்றும் போலீஸ்காரர் போல், சில படங்கள் உங்களை வாரி அணைத்து, நெஞ்சோடு சாய்த்துக்கொள்ளும். எண்பதுகளில் மலையாளத்தில் பரதன், பத்மராஜன், சிபிமலயில், மோகன் போன்ற இயக்குனர்கள் கலைப்படத்தின் மெதுவாக நகரும் தன்மையைக் களைந்துவிட்டு, ஆனால் ஒரு கலைப்படத்துக்குரிய அழுத்தமான, வித்தியாசமான கதையம்சத்துடன் கூடிய ஏராளமான மலையாளப் படங்களை இயக்கினார்கள். அவ்வாறு வந்த படங்களுள் ஒன்று, மலையாள இயக்குனர் சிபிமலயிலின் ‘தனியாவர்த்தனம்’.

1987ல் இப்படம் வெளிவந்தது. அப்போது எனக்கு இப்படத்தின் இயக்குனர் யாரென்று தெரியாது. அற்புதமான அந்தக் கதைக்கும், திரைக்கதைக்கும் சொந்தக்காரரான லோஹிததாஸ் யாரென்றும் தெரியாது. எந்த முன்தீர்மானங்களும் இல்லாமல் நான் பார்த்த அப்படம், அன்று ஏற்படுத்திய பாதிப்பு அலாதியான ஒன்று. வாழ்வில் மறக்கமுடியாத சில படங்களுக்குள் ஒன்றாக மனதில் தங்கிவிட்ட படம் அது.

ஏறத்தாழ 20 ஆண்டுகள் கழித்து கடந்த ஆண்டு கேரளா சென்றிருந்தபோது அந்தப் படத்தின் ஸிடி, ஆங்கில சப்டைட்டிலுடன் கிடைத்தது. மீண்டும் பார்த்தேன். பல ஆண்டுகள் கழித்தும் தொடர்ந்து பேசப்பட்டும், எழுதப் பட்டும் வரும் படங்களே காலத்தை வென்ற படைப்பு களாகத் திகழும். அத்தோடு அப்போது ரசித்த ஒரு படத்தை, பிறகு பல ஆண்டுகள் கழித்து, நமது ரசனையெல்லாம் உயர்ந்த பிறகு பார்த்தாலும், அதே அளவுக்கோ அல்லது அதை விடக் கூடுதலாகவோ அந்தப் படத்தை ரசிக்க முடியவேண்டும்.

உதாரணத்திற்கு 20 ஆண்டுகளுக்கு முன்பு, வண்ணநிலவனின் நாவல்களை நூலகத்திலிருந்து எடுத்து மிகவும் விரும்பிப் படித்திருக்கிறேன். சமீபத்தில் முடிந்த சென்னைப் புத்தகக்

கண்காட்சியில் வண்ணநிலவனின், 'ரெயினீஸ் ஐயர்த் தெரு', 'கம்பா நதி' மற்றும் 'கடல் புரத்தில்' ஆகிய நாவல்களை வாங்கினேன். மூன்றுமே ஏற்கனவே படித்ததுதான். ஆனாலும் மூன்றே இரவில், ஒரே அமர்வில், ஒவ்வொரு நாவலாகப் படித்து முடித்துவிட்டேன். 20ஆண்டுகளுக்கு முன்பு எனக்கு ஏற்பட்ட அதே பிரமிப்புடன் இப்போதும் அவற்றைப் படிக்க முடிந்தது. இன்னும் சொல்லப்போனால், அப்போது என்னால் கவனிக்கமுடியாத சில நுணுக்கமான விஷயங்களை இப்போது கவனித்து ரசிக்க முடிந்தது. ஒரு மகத்தான படைப்பு என்பது இவ்வாறுதான் இருக்கவேண்டும்.

அதேபோல் இத்தனை ஆண்டுகளுக்குப் பிறகு பார்த்தபோதும், சிபிமலயிலின் 'தனியாவர்த்தனம்' படம் மனதிற்குள் ஏற்படுத்திய அதிர்வும், கொந்தளிப்பும் சிறிதளவும் குறையவில்லை. சிபிமலயில், எனது மனபீடத்தில் இன்னும் உயரத்தில் ஏறி அமர்ந்துகொண்டு, 'நான் காலத்தை வென்ற கலைஞனடா' என்பது போல் அமைதியாகப் புன்னகைத்துக்கொண்டிருக்கிறார்.

தனியாவர்த்தனம், ஒரு பாரம்பரிய மலையாளக் குடும்பத்தில் நிலவும் மூடநம்பிக்கைப் பற்றிய கதை. ஒரு பள்ளியில் ட்ராயிங் மாஸ்டராகப் பணிபுரியும் மம்முட்டி, தனது மனைவி, குழந்தைகள், தாய், பாட்டி, தம்பி,தங்கை என்று கூட்டுக் குடும்பமாக வசித்து வருகிறார். அவருடைய மாமா,பைத்தியமாக வீட்டு மாடியறையில் சங்கிலியால் கட்டி அடைத்து வைக்கப்பட்டிருக்கிறார். அந்தக் குடும்பத்தில், பரம்பரை பரம்பரையாக யாராவது ஒரு ஆணுக்குப் பைத்தியம் பிடித்துவிடும் என்ற மூடநம்பிக்கை இருக்கிறது. அதற்காக மம்முட்டியின் பெரிய மாமா திலகனின் மேற்பார்வையில், அவ்வப்போது பூஜைகளும், சடங்குகளும் செய்யப்பட்டுக்கொண்டிருக்கின்றன. இதை மம்முட்டியின் தம்பி முகேஷ் தொடர்ந்து எதிர்த்து வருகிறார். மம்முட்டியின் தங்கைக்கு இந்தக் குடும்ப சாபம் காரணமாக திருமணமாகாமல் இருக்கிறது.

இந்நிலையில் மம்முட்டியின் மாமா, ஒரு நாள் தனது சங்கிலியை அவிழ்த்து விடச் சொல்கிறார். மம்முட்டி அவிழ்த்து விடுகிறார். அன்றிரவு மாமா வீட்டுக் குளத்தில் விழுந்து தற்கொலை செய்துகொள்கிறார்(படத்தில் நேரிடையாக அவர் தற்கொலை செய்வதைக் காட்டுவதில்லை. மறுநாள் அவருடைய உடல் குளத்தில் மிதக்கிறது). மரண வீட்டுக்கு வந்துள்ளவர்கள், அடுத்து இக்குடும்பத்தில் யாருக்குப் பைத்தியம் பிடிக்கும் என்று பேசிக் கொள்கிறார்கள். தான் அவிழ்த்து விட்டதால்தான் மாமா

இறந்து விட்டார் என்ற குற்ற உணர்விலிருக்கும் மம்முட்டி ஒரு நள்ளிரவில் கெட்ட கனவு கண்டு, அதிர்ச்சியில் கத்திக்கொண்டு எழுகிறார். வீட்டில் அனைவரும் அவரை சந்தேகத்துடன் பார்க்கின்றனர்.

மறுநாள் ஜோசியரை அழைத்துக் கேட்கின்றனர். இன்னும் சாபம் போகவில்லை என்று கூறும் ஜோசியர் 41 நாட்கள் விரதமிருந்து சோட்டானிக் கரை அம்மன் கோயிலுக்குச் செல்லுமாறும், பூஜைகள் செய்யுமாறும் கூறுகிறார் (பின்னர் அலுவலகச் சுற்றுலாவில் நான் இக்கோயிலுக்குச் சென்றபோது, அங்கு நான் 'தனியாவர்த்தனம்' படத்தைப் பற்றியே நினைத்துக்கொண்டிருந்தேன்). ஜோசியர் ஊரில் விஷயத்தைக் கசிய விட... மம்முட்டியை அனைவரும் சந்தேகத்துடன் பார்க்கின்றனர். இதனால் மம்முட்டி கோபப்பட, அவையும் பைத்தியத்தின் அறிகுறிகளாகப் பார்க்கப்படுகின்றன. குழந்தைகள், அப்பா, 'உங்களுக்கு பைத்தியம் பிடிச்சிடுச்சா?' என்று கேட்கின்றனர். வீட்டில் ஜோசியர் பரிகாரப் பூஜைக்கு ஏற்பாடுகள் செய்யச் சொல்ல... அங்கு வரும் மம்முட்டி "என்னையும் பைத்தியக்காரனாக்கி, சங்கிலியில் கட்டி அறையில் அடைக்காமல் விடமாட்டீர்களா?" என்று அனைவரிடமும் சத்தம் போடுகிறார். இப்பிரச்சினைகளால் இரவில் தூக்கமின்றித் தவிக்கும் மம்முட்டிக்கு லேசான மனச்சிதைவு உருவாகிறது. தானும் பைத்தியமாகிவிடுவாமோ என்ற அச்சம் உருவாகிறது. தனது மாமாவின் அறைக்குச் சென்று, அவருடைய உடுக்கையை சிந்தனையுடன் பார்க்கிறார்.

இந்நிலையில் மம்முட்டியின் தம்பி முகேஷ், அவரைப் பக்கத்து நகரத்தில் உள்ள மனநல மருத்துவரின் வீட்டில் தங்க வைக்கிறார். விஷயத்தைக் கேள்விப்பட்ட மம்முட்டியின் மாமனார், தனது பேரக்குழந்தைகளையும், இந்தக் குடும்பத்தின் சாபம் பீடிக்கக்கூடாது என்று, மம்முட்டியின் மனைவியையும், குழந்தைகளையும் தனது வீட்டுக்கு அழைத்துச் சென்றுவிடுகிறார். மம்முட்டி இருப்பதையே மறைத்துவிட்டு, மம்முட்டியின் தங்கைக்குத் திருமணப் பேச்சு வார்த்தை நடக்கிறது. அந்த சமயத்தில் நகரிலிருந்து திடீரென்று வீட்டுக்கு வரும் மம்முட்டியை, மாப்பிள்ளை வீட்டாரிடம் பக்கத்து வீட்டுக்காரர் என்று மம்முட்டியின் குடும்பத்தினர் கூறிவிடுகின்றனர்.

நொந்துபோகும் மம்முட்டி, மனைவி, குழந்தைகளும் சென்றுவிட்டார்கள் என்பதைக் கேள்விப்பட்டு, ஆதங்கத்துடன் மாமனார் வீட்டுக்குச் செல்கிறார். அங்கு வீட்டில் நுழையவிடாமல் தடுக்கும் மாமானருடன் கைகலப்பாகிறது. வேலைக்காரர்கள் மம்முட்டியை வீட்டை விட்டு வெளியேற்ற முயற்சிக் கின்றனர். மம்முட்டி கற்களை எடுத்து அடிக்க முயற்சிக்கிறார். அப்போது அங்கு வரும் முகேஷும், திலகனும் மம்முட்டிக்குப் பைத்தியம் முற்றிவிட்டதென்று, மருத்துவமனையில் சேர்த்து ஷாக் ட்ரீட்மென்ட் கொடுக்கின்றனர். பின்னர் வீட்டுக்குத் திரும்பும் மம்முட்டி, அவருடைய மாமா இருந்த அறையில் அடைக்கப்படுகிறார். மனம் பொறுக்காத மம்முட்டியின் தாய், மகனுக்கு விஷம் கலந்த உணவை அளித்துக் கொன்றுவிட்டு, தானும் தற்கொலை செய்துகொண்டு இறந்துவிடுகிறார். படத்தின் இறுதிக்காட்சியில், சடங்கு தெய்வம் ஆடிக்கொண்டிருக்க... அருகில் நின்றுகொண்டிருக்கும் மம்முட்டியின் மகனைக் காண்பித்து படத்தை முடிக்கும்போது, நடுநெஞ்சில் யாரோ கத்தியால் குத்தியது போல் வலிக்கிறது.

படத்தைப் பார்த்துவிட்டு, சில நிமிடங்கள் அப்படியே உட்கார்ந்திருந்தேன். படத்தில் யார் மீதும் கோபம் கொள்ள முடியவில்லை. பாரம்பரியமாக அடிமனதில் ஊறிப்போன நம்பிக்கையின் அடிப்படையில் தொடர்ந்து செயல்பட்டுக்கொண்டிருக்கும் அந்தக் குடும்பத்தினர் மீதோ, ஊரார் மீதோ, மகளை அழைத்துக்கொண்டு சென்ற மாமனார் மீதோ, கடைசியில் மகனை விஷம் வைத்துக் கொன்ற அந்தத் தாய் மீதோ, யார் மீதும் கோபம் வரவில்லை. ஏன்? கடவுளோ அல்லது விதியோ அல்லது சந்தர்ப்பங்களோ ஸ்ட்ரைக்கரால் குறி பார்த்து அடுத்தடுத்து வெள்ளை, கறுப்பு, காய்களைக் குழிக்குள் தள்ளிக்கொண்டே இருக்கும்போது, யார் இங்கு என்ன செய்துவிடமுடியும்?

சிபிமலயிலின் படங்களைத் தொடர்ந்து கவனித்து வருபவர்களுக்குத் தெரியும். சிபிமலயில், கேரளக் கூட்டுக் குடும்ப பாரம்பரியத்தின் கடைசித் தலைமுறையைச் சேர்ந்தவர். சிபி மலயிலின் சிறந்த படங்களான 'கிரீடம்', 'செங்கோல்', 'பரதம்' என்று அனைத்துப் படங்களிலும் அவர் காட்சிப்படுத்தும் குடும்பங்கள், மிகவும் அன்புமிக்கவை. எளிமையான மனிதர்களைக் கொண்ட ஆர்ப்பாட்டமில்லாத குடும்பங்கள்.

குடும்பம் என்றவுடன், தங்கைக்குக் காலில் அடிபட்டவுடன் அதீதமாக குடும்பமே பதறும் தமிழ் சினிமாக் காட்சிகளைத் தயவுசெய்து நினைத்துக்கொள்ளாதீர்கள். சிபிமலயில் நம் கண்முன்பு நிறுத்துவது, இயல்பான பாசத்தை காட்டும் குடும்பக் காட்சிகள். உதாரணத்திற்கு இப்படத்தில், மம்முட்டி இரவு உணவு உண்ணும்போது தனது குழந்தைக்கு ஒரு வாய் ஊட்டிவிட்டு, தங்கையைக் கூப்பிட்டு அப்பளம் அளிக்கும் காட்சியில் இயல்பாகப் பாசத்தைக் காட்டிவிடுகிறார். மம்முட்டி தனது மகளுடன் பிரியத்துடன் பேசிக்கொண்டே நடந்து செல்லும் காட்சிகளில், நாமும் அவர்களுடன் நடந்து செல்கிறோம். எதையும் தடுக்கமுடியாமல் தவிக்கும் முகேஷ், சரிதாவோடு (மம்முட்டியின் மனைவி) சேர்ந்து நாமும் தவிக்கிறோம். திலகன் ஏதாவது சடங்கு செய்து, எப்படியாவது தடுத்துவிடமுடியாதா என்று கடன் வாங்கி, காசை அள்ளி இறைத்து செயல்படும் காட்சிகளில் அவருடைய மூட நம்பிக்கை மறந்து, அந்தப் பாசக்கார பெரிய மாமாதான் நம் கண் முன்பு நிற்கிறார்.

படத்தின் இறுதிக் காட்சிகளில் சரிதாவும், குழந்தைகளும் ஏற்கனவே சென்றுவிட... தங்கையும் திருமணமாகிச் சென்றுவிட... முகேஷ் வேலை கிடைத்து கல்கத்தாவுக்குச் செல்ல... வீட்டில் மம்முட்டி, மம்முட்டியின் தாய், மம்முட்டியின் பாட்டி மட்டும் தங்கியிருக்கும் இருள் சூழந்த வீட்டைப் பார்க்கும்போது, நம் மனதிற்குள் வந்து குவியும் பாரம், படம் முடியும் வரை நெஞ்சை அழுத்திக்கொண்டே இருக்கிறது.

ஒரு சிறந்த இயக்குனர் என்பவர், படத்தின் முதல் பத்து நிமிடங்களுக்குள் நம்மை இழுத்து படத்திற்குள் போட்டுவிட்டு, பிறகு படம் முடிந்த பிறகுதான் நம்மை விடுதலை செய்யவேண்டும். பல நல்ல இயக்குனர்கள் இதைச் செய்திருக்கிறார்கள். ஆனால் சிபிமலயில் எப்போதும் கூடுதலாக ஒரு காரியத்தைச் செய்வார். அது... படம் முடியும் தருணத்தில், நம் மனதில் ஒரு துயரத்தின் விதையை விதைப்பார். அது படம் முடிந்து சில மணி நேரங்கள் வரை, நம்மை அலைக்கழித்துக்கொண்டே இருக்கும். நீங்கள் வேறு எந்தக் காரியத்தில் ஈடுபட்டாலும், படத்தின் நினைவு உங்களைத் தொந்தரவு செய்துகொண்டே இருக்கும். உண்மையில் மகத்தான திரைப்படங்கள் என்பவை, படம் முடிந்த பிறகும் நம் மனதில் தொடர்ந்து ஓடிக்கொண்டே இருக்கவேண்டும். அதற்கு இயக்குனருக்கு ஒரு மாபெரும் கலை ஆளுமை தேவைப்படுகிறது. அது சிபிமலயிலுக்கு அற்புதமாக வாய்க்கப்பெற்றிருக்கிறது.

இப்படம் ஏன் இவ்வளவு தூரம் என்னைக் கவர்ந்தது? காதல்... வில்லனை அழித்தல்... ஆகிய இரண்டு வகைப் படங்களை மட்டுமே பார்த்துப் பழகப்பட்டுப்போன நமக்கு, இது மிக மிகப் புதிதான கதை. அடுத்து...சிமெண்ட் வாய்க்காலுக்குள் கொண்டு வரப்பட்ட ஆற்றுநீர் போல், திசை மாறாமல் செல்லும் திரைக்கதை. மம்முட்டியின் மீது சிறிது, சிறிதாக பைத்தியக்காரப் பட்டம் சுமத்தப்படும் கணங்களில், செயற்கையாக ஒரு காட்சி கூட திணிக்கப்படுவதில்லை. குடும்பத்தினரும், சமூகத்தினரும் ஒரு நம்பிக்கையின் விளைவால் உருவான இயல்பான சந்தேகத்துடன் மம்முட்டியைப் பார்க்கின்றனர். அப்போது மம்முட்டி தனது இயல்பான எதிர்வினைகளைக் காட்டுகிறார். ஆனால் சந்தேகமும், மம்முட்டியின் எதிர்வினைகளும் இணைந்தபோது நிஜமாகவே மம்முட்டி பைத்தியமாகிவிடுகிறார். இதனை லோஹிததாஸ் தனது வலுவான ஸ்க்ரிப்டின் மூலம், எந்த ஒரு உறுத்துலுமின்றி நம்மை ஏற்றுக்கொள்ளச் செய்கிறார்.

அடுத்து குறிப்பிடவேண்டியது... மம்முட்டியின் அபாரமான நடிப்பு. மம்முட்டியின் குழந்தை, ''உங்களுக்குப் பைத்தியம் என்று சொல்கிறார்கள்...'' என்று கூறும்போது மம்முட்டியின் கண்களில் ஏற்படும் அதிர்ச்சி, நம்மைச் சிலிர்க்க வைக்கிறது. தொடர்ந்து அனைவரின் நடவடிக்கைகளாலும், சிறிது சிறிதாக அவருக்கு

மனச்சிதைவு தோன்றுவதைப் படிப்படியாக மம்முட்டி தனது கண்களில் கொண்டு வந்திருக்கும் விதம், மலையாள சினிமாவின் அற்புதங்களுள் ஒன்றாகும்.

பிறகு மலையாள தேசத்தில் தங்கமான அம்மாவுக்கென்றே கடவுளால் படைக்கப்பட்ட கவியூர் பொன்னம்மா... பிறகு... நாயர் பாட்டி கேரக்டருக்கென்றே பிறப்பெடுத்த அந்த பெயர் தெரியாத பெண்மணி... அந்தக் குழந்தைகள்...(அதுவும் "இவன் பேஸ்ட்டத் திங்குறான்ப்பா..." என்று அக்கா கூறியவுடன், மம்முட்டி, "பேஸ்ட்டத் தின்னா உங்கம்மா மாதிரி கறுப்பாயிடுவ..." என்று கூறும்போது அந்த சிறுவன் தன் முகத்தில் ஒரு பாவத்தைக் கொண்டு வருகிறானே... சான்ஸே இல்லை...) இயலாமையில் தவிக்கும் முகேஷ், சரிதா, திலகன் என்று அனைவரும் இயல்பான நடிப்பை அளித்திருக்கிறார்கள்.

நல்ல திரைப்படங்கள் என்பவை திரையில் வாழ்பவை அல்ல. அவை படம் முடிந்த பிறகும் தொடர்ந்து ரசிகர்களின் மனத்தில் வாழ்பவை. அவ்வாறு என் மனதில் வாழ்ந்துகொண்டிருக்கும் படங்களுள் ஒன்று 'தனியாவர்த்தனம்'.

- உயிரோசை இணைய இதழ்
2011